FOCUS
LENS AND COMPOSITION

C.J.Rajkumar

டிஸ்கவரி பப்ளிகேஷன்ஸ்

எண்: 9, பிளாட் எண்: 1080A, ரோஹிணி பிளாட்ஸ்,
முனுசாமி சாலை, கே.கே.நகர் மேற்கு,
சென்னை - 600 078. பேச: 99404 46650

ஃபோகஸ்
(லென்ஸ் அண்ட் காம்போசிஷன்)

ஆசிரியர்: சி.ஜெ.ராஜ்குமார்©

FOCUS
(LENS AND COMPOSITION)

Author : C.J.RAJKUMAR©

Publisher : Discovery Book Palace
First Edition : Jan - 2021
Second Short Edition : Nov-2023
ISBN : 978-93-89857-46-7
Pages : 216

Rs. 300

வடிவமைப்பு: கலைக்குவியல்
(அரவிந்த்குமார், ராதா பழனிசாமி - கோவை)
பின்னட்டை ஒளிப்படம்: பிரசன்ன வெங்கடேஷ்

Publisher • Sales Rights

Discovery Publications
No. 9, Plot, 1080A, Rohini Flats,
Munusamy Salai,
K.K.Nagar West, Chennai - 78.
Tamilnadu, India.
Mobile: +91 99404 46650

Discovery Book Palace (P) Ltd
No. 1055-B, Munusamy Salai,
K.K.Nagar West,
Chennai-600 078.
Ph: (044) 4855 7525
Mobile: +91 87545 07070

discoverybookpalace@gmail.com / www.discoverybookpalace.com

இந்த நூலில் பிரசுரமாகியுள்ள எந்த ஒரு பகுதியையும் எழுத்துபூர்வமான முன்அனுமதி பெறாமல் எடுத்தாள்வதோ, மறுபிரசுரம் செய்வதோ, மொழியாக்கம் செய்வதோ, ஊடகங்களில் மறுபதிப்புச் செய்வதோ, காப்புரிமைச் சட்டப்படி தடை செய்யப்பட்டுள்ளது. இந்த நூலிலிருந்து சில பகுதிகளை மேற்கோள்காட்டி நூல்அறிமுகம் செய்யலாம்.

உங்கள் மொபைல் போனிலிருந்து ஸ்கேன் செய்து 'டிஸ்கவரி புக் பேலஸ்' மொபைல் ஆப்பை டவுன்லோடு செய்து, புத்தகங்களை வாங்குங்கள்.

சமர்ப்பணம்

எங்கள் பெருமதிப்பிற்குரிய முன்னத்தி ஏர்,
ஒளிப்பதிவாளர் B.கண்ணன் அவர்களுக்கு...

நூல் அறிமுகம்

பொதுவாக தமிழில் தொழில்நுட்பப் புத்தகங்கள் மிகக் குறைவாகவே உள்ளன. குறிப்பாக, திரைப்படம் சம்பந்தப்பட்ட தொழில்நுட்பப் புத்தகங்கள் அனேகமாக இல்லை என்ற நிலையில், தமிழைத் தாய்மொழியாக கொண்டவர்களும், தமிழ்வழிக்கல்வி கற்றவர்களும் தங்களுடைய தொழில் திறமையை வளர்த்துக்கொள்ளவும் மேம்படுத்திக்கொள்ளவும் அத்துறையில் சாதனை படைத்த அல்லது படைத்துக்கொண்டிருக்கிற வல்லுநர்களையே சார்ந்திருக்கிறார்கள்.

ஆனால், அத்தகைய வல்லுநர்கள் எத்தனை பேருடன் தங்களது அனுபவத்தைப் பகிர்ந்துகொள்ள முடியும் என்பதில் ஒரு வரம்பு இருக்கிறது. தவிரவும், வல்லுநர்கள் எல்லோரும் சிறந்த ஆசிரியர்களாகவும் பயிற்சியாளர்களாகவும் இருப்பது என்பது மிக அரிதே!

இந்த சூழ்நிலையில் நண்பர் சி.ஜெ.ராஜ்குமாரின் முந்தைய புத்தகங்கள் அந்த வெற்றிடத்தை வெகுவாக நிரப்பின. அவருடைய தொடர் முயற்சியில் ஃபோகஸ் என்ற இந்த நூல் ஒரு புதிய பரிமாணத்தை எட்டியுள்ளது என்றே சொல்லலாம்.

இந்தப் புத்தகம் சினிமெடோகிராஃபியின் இரண்டு மிக முக்கிய அம்சங்களான லென்ஸ் (Lens) மற்றும் காம்போசிஷன் (Composition) பற்றிய மிக நுணுக்கமான விபரங்களையும் தகவல்களையும் திரைப்படத் துறையில் எல்லா நிலையிலும் உள்ள தொழில்நுட்பக் கலைஞர்களும் எளிதாகப் புரிந்து கொள்ளும்படி படிப்படியாக அடுத்தடுத்த கட்டங்களுக்கு எடுத்துச் சென்றிருக்கும் பாங்கு ஒரு சிறந்த ஆசிரியரிடமிருந்து நேரடியாகக் கற்றுக்கொள்வதைப் போன்ற உணர்வை அளிக்கிறது.

சில ஆங்கிலப் பதங்கள் (Technical Jargons) அதன் அசல் பொருள் சிறிதும் பிசகாமல் துல்லியமாக தமிழாக்கம் செய்யப்பட்டிருப்பது குறிப்பிடத்தக்கது.

ஏராளமான புகைப்படங்களும், விளக்க வரைபடங்களும், சர்வதேச மற்றும் நம் நாட்டு சினிமாக்களிலிருந்து மேற்கோள்கள் காட்டியிருப்பதும், சிக்கலான (Complicated) கொள்கைகளையும் (Principles) கருத்துக்களையும் (Concepts) பற்றிய புரிதலை எளிதாக்கியுள்ளது.

சி.ஜெ.ராஜ்குமாரின் ஃபோகஸ் எந்த வாசகர்களுக்காக (Targeted readers) எழுதப்பட்டுள்ளதோ, அதையும் தாண்டி ஒரு சிறந்த கையேடாகவும் (Handbook) குறிப்புப் புத்தகமாகவும் (Reference book) பயன்படும்.

S. சிவராமன்,
முன்னாள் பொது மேலாளர்,
பிரசாத் லேபரட்டரீஸ், சென்னை.

முன்னுரை

கண்களை மூடிக்கொள்ளுங்கள். உங்களுக்கு மிகவும் பிடித்தமான இடத்தை கற்பனையில் பாருங்கள். இயற்கை காட்சிகள், உங்களது வீடு அல்லது உங்களைச் சுற்றியுள்ள, நீங்கள் விரும்பும் எந்த இடமாகவும் இருக்கலாம்.

நம் கற்பனை மிக சுலபமாக நாம் நன்கறிந்த, நமக்கு மிகவும் பரிச்சயமான ஓர் உலகிற்கே அழைத்துச்செல்லும். நாம் பார்த்த திரைப்படங்கள், நேசித்த கலை, வாசித்த இலக்கியங்கள், பழகிய மனிதர்களால் ஆனவர்கள் நாம்.

மருத்துவரும், ஒரு கட்டட வடிவமைப்பாளரும் பார்க்கும் கோணம் வெவ்வேறானவை. பொறியாளரும் காட்சி ஊடக மாணவரும் ஓர் இடத்தைப் பார்க்கும் கோணம் முற்றிலும் மாறுபட்டதாகவே இருக்கும். இந்த உலகைப் பார்க்கும் ஒரு குழந்தையின் பார்வை தன் தாயினதை விட வேறானது.

இவ்வாறு பல்வேறு பார்வைக்கோணங்கள் கொண்ட முப்பரிமாணக் காட்சிகளை பதிவு செய்யும் காமிராவானது இரட்டைப் பரிமாணம் கொண்டது. முப்பரிமாணத் தோற்றத்தை உருவாக்குவதில் லென்ஸ் முக்கிய பங்கு வகிக்கிறது.

இமேஜ் சென்சார் என்பது காமிராவின் கண் போன்றது. காமிராவின் பின்னால் இயங்கும் மூளை மற்றும் இதயம் என்றும் கூட சொல்லலாம்.

இந்த காமிராக்கண் லென்ஸ் மூலமாக மனிதக்கண்ணோடு இணையும்போது காட்சி உருவாகிறது. தன்னுடைய படைப்பாற்றலை காட்சிப் படிமங்களாக உருவாக்க விழையும் ஒரு கலைஞனுக்கு தன் கலையில் முழுமையான கவனம் வேண்டும். அப்போதுதான் அவன் செய்யும் தொழில் கலையாக மாறும்.

ஒளிக்கதிர்கள் சந்திக்கும் இடத்தில் கவனத்தை குவிப்பது மட்டுமல்ல ஃபோகஸ் என்பது. அது, காமிராவும் மனிதக் கண்ணும் இணைந்து என்றென்றைக்குமான கலையை உருவாக்கும் நுட்பமாகும்.

வாழ்க்கையில் ஃபோகஸ்டாக இருப்பது மிகவும் முக்கியமானது. ஒரு கலையை சரியாகப் புரிந்து உணர்ந்து கொள்ளும் அறிவைப் பெற அதன் தொழில்நுட்ப உத்திகளை கற்றுக்கொள்ள வேண்டியது அவசியமாகிறது. அந்த அறிவு ஒருவரது தாய் மொழியிலேயே கிடைக்கப்பெறுவது கற்றலை எளிதாக்கும். மருத்துவம், பொறியியல் போன்ற படிப்புகளைப் போல் படிக்கப்பட வேண்டிய துறை காட்சி ஊடகம் பற்றிய படிப்பு.

காட்சி ஊடகங்களின் வருகையால் வாசிக்கும் பழக்கம் குறைந்துவிட்டது. கண்களால் நாம் காணும் காட்சியில் நமக்கு எந்தப் பங்களிப்பும் இல்லை. அங்கே நாம் ஒரு பார்வையாளர் மட்டுமே. ஆனால், ஒரு கதையையோ நிகழ்வையோ பற்றி வாசிக்கும் போது அந்தக் கதை மாந்தர் மற்றும் சூழலில் நம் கற்பனையும் விரியும் அழகான மாயம் நிகழ்கிறது.

காமிரா தேர்வு எவ்வளவு முக்கியமோ, அதற்கேற்ற லென்ஸ் தேர்வும் மிகவும் முக்கியமானது. டிஜிட்டலில் புதிய தொழில்நுட்பங்கள் வேகமாக வளர்ந்து கொண்டிருக்கும் நேரத்தில் இத்தகைய புத்தகங்களின் தேவையும் இன்றியமையாததாகிறது. தொழில்நுட்பக் கலைஞர்கள் தொடர்ந்து தங்களை புதுப்பித்துக்கொள்ள வேண்டியதும் அவசியம்.

பி.சி.ஸ்ரீராம்
தலைவர்,
தென்னிந்திய ஒளிப்பதிவாளர்கள் சங்கம்,
சென்னை.

பொருளடக்கம்

லென்ஸ்

1. இமேஜ் சென்சார் 11
2. திரைவடிவம் 20
3. லென்ஸ் கூறுகள் / குழுக்கள் 30
4. லென்ஸ் உருவாக்கம் 35
5. லென்ஸ் - அறிமுகம் 39
6. ஸ்டில் ஃபோட்டோ லென்ஸ்கள் 49
7. சினி லென்ஸ் 54
8. லென்ஸ் மவுண்ட் 58
9. லென்ஸ் பரிசோதனைகள் 63
10. இமேஜ் வட்டம் 67
11. லென்ஸ் பார்வைபரப்பு 73
12. லென்ஸ் - டெப்த் ஆஃப் ஃபீல்ட் 77
13. லென்ஸ் மற்றும் ஒளியமைப்பு 83
14. காமிரா நகர்வுகளும் லென்ஸ்களும் 87
15. ஃபோகல் லென்த் - இயக்குநர்கள்/ஒளிப்பதிவாளர்கள் 93
16. பிரபல சினி லென்ஸ் தயாரிப்புகள் 101
17. அனமார்ஃபிக் லென்ஸ் 119
18. சிறப்புப் பயன்பாட்டு லென்ஸ்கள் 129

காம்போசிஷன்

1. அடிப்படை விதிகள் 140
2. ஷாட்டுகள் 154
3. எடிட்டிங் ஷாட்ஸ் 164
4. கற்பனைக் கோடு - 180 டிகிரி விதி 170
5. சப்ஜெக்டிவ் / ஆப்ஜெக்டிவ் / பாயிண்ட் ஆஃப்வியூ ஷாட்டுகள் 175
6. ஓவர் தி ஷோல்டர் காம்போசிஷன் 180
7. காட்சி சமநிலை 184
8. காட்சி அரங்கேற்றம் 188
9. விஷுவல் இடைவெளிகள் 193
10. திரைவடிவமும் காம்போசிஷனும் 199
11. சட்டகத்திற்குள் ஒரு சட்டகம் 204
12. பார்வை இலக்குகள் 207
13. வெர்டிகல் சினிமா 213

8

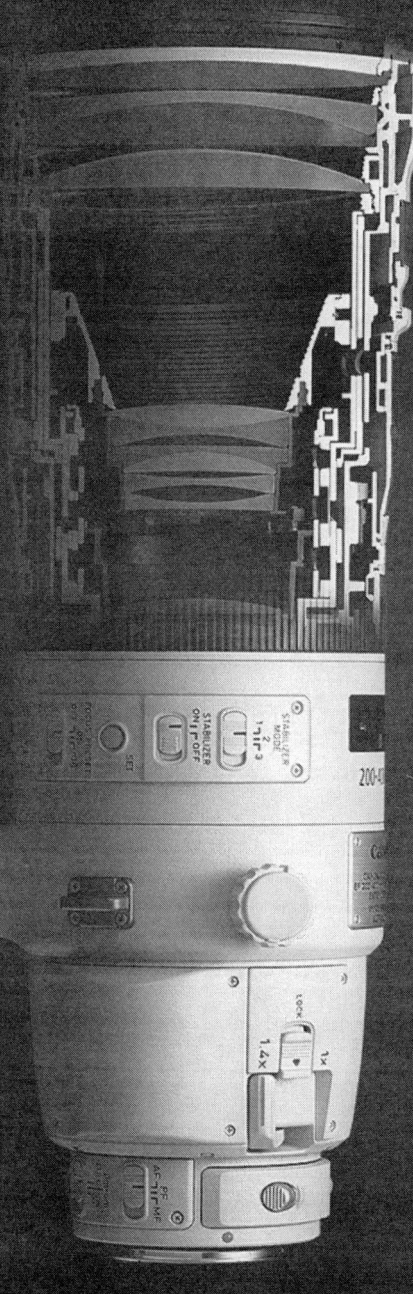

lens
லென்ஸ்

1
இமேஜ் சென்சார்
(Image Sensor)

இமேஜ் சென்சார் (Image Sensor)

காமிரா அதன் மிக எளிய தொடக்க காலத்திலிருந்து நீண்ட நெடுந்தொலைவு வந்துவிட்டது. ஆரம்பகாலக் காமிராக்களில் லென்ஸ் கூட இல்லை. அதற்கு பதிலாக, ஒரு மிகச்சிறிய துவாரத்தின் வழியேதான் ஒளி ஊடுருவிச் சென்று, காமிராவிற்குள் (Camera Obscura) உள்ள இருட்டறையில் காட்சி உருவானது.

இன்று உலகம் முற்றிலுமாக டிஜிட்டல் மயமாகிவிட்ட சூழ்நிலையில், பல்வேறு வகையான வடிவங்களில் காமிராக்கள் தயாரிக்கப்படுகின்றன.

விடியோ காமிராவில் ஃபிலிமிற்கு பதிலாக விடியோ டேப் மூலம் ஒளிப்பதிவு செய்யும் முறை ஆரம்பத்தில் எலக்ட்ரானிக் ஒளிப்பதிவு என்று விளம்பரப்படுத்தப்பட்டது. அதன் வளர்ச்சியாக இன்று டிஜிட்டல் ஒளிப்பதிவு, உலகம் முழுவதும் திரைப்பட ஒளிப்பதிவின் முக்கியத் தொழில்நுட்ப சாதனையாகக் கருதப்படுகிறது.

டிஜிட்டல் காமிராக்களில் ஃபிலிமிற்கு பதிலாக சென்சார் இதயப்பகுதியாக விளங்குகிறது. அதன் செயல்பாட்டை வைத்தே இக்காமிராக்களின் தரத்தை அறியலாம். காட்சியை பதிவு செய்வதே சினிமட்டோகிராஃபி எனப்படும் ஒளிப்பதிவுக் கலையின் அடிப்படைத் தத்துவம்.

ஒளியானது லென்ஸ் வழியாக காமிராவினுள் இருண்ட அறையில் உள்ள சென்சார் மீது படும்படியாக இன்றைய டிஜிட்டல் காமிராக்கள் உருவாக்கப்படுகின்றன. ஃபிலிம் காமிராவில் ஒளியானது காமிரா லென்ஸ் மூலமாக பயணம் செய்து ஃபிலிமில் பதிவு செய்யப்படுகிறது.

டிஜிட்டல் காமிராவில் லென்ஸ் வழியாக வரும் ஒளி சென்சார் மூலமாக காமிராவில் உள்ள மெமரி கார்டில் பதிவு செய்யப்படுகிறது.

டிஜிட்டல் ஒளிப்பதிவு செய்ய உதவும் சென்சார் மற்றும் மெமரி கார்டில் பல வகைகள் உள்ளன.

டிஜிட்டல் ஒளிப்படத் தொழில்நுட்பமானது ஒளி உணர்திறன் வாய்ந்த சென்சார் மற்றும் ப்ரோக்கிராமிங்கின் (programming) அடிப்படையில் இயங்குகிறது.

நாம் பார்க்கும் காட்சிகள் ஒளியாக காமிராவின் முன் பக்கத்தில் உள்ள லென்ஸ் வழியாக ஊடுருவி வந்தடைகிறது.

பல ஆயிரம் ஒளி உணர்திறன் கொண்ட துகள்களால் (photo sensitive diodes) வடிவமைக்கப்பட்டுள்ள சென்சார் (sensor), நவீன சூரிய மின் தகடுகள் (solar) போலவே செயல்படுகிறது. அதிலிருந்து உருவாகும் ஒளிமின் சக்தியானது ஒளிப்படத்தின் தனித்தனி பிக்சல்களாக உருப்பெறுகிறது.

சிலிகான் (silicon) செதில்களால் வடிவமைக்கப்பட்ட திடமான ஒளி உணர் சாதனமான சென்சாரின் முக்கிய பாகங்கள்:

- வண்ண வடிகட்டி வரிசை (colour filter array)

- அதிர்வெண் வடிகட்டி (low pass filter)

- அகச்சிவப்பு வடிகட்டி (infra red filter)

- மின் சுற்றுகை (circuitry)

- பிக்சல் (pixel)

- மைக்ரோ லென்ஸ் (micro lens)

- பிளாக் பிக்சல் (black pixel)

சென்சார் இயக்கத்தை ஃபோட்டோ லித்தோகிராஃபி என்று அறியலாம். சென்சாரானது சிறு சிறு மில்லியன் ஒளிக் கிணறுகளாக (light wells) உருவாக்கப்படுகிறது. அதுவே பிக்சல் என்றால் பிம்பத்தின் ஒரு பகுதி (picture element) ஆகும்.

ஒளியால் உருவாகும் மின்விசை சேர்வியை (charge) சிக்னலாக மாற்றப் படுவதற்கு முன் பெருக்கப்படுகிறது (amplified). அதன் பிறகே டிஜிட்டல் தகவல்களாக காமிராவில் சேமிக்கப்படுகிறது.

சென்சார் பாகங்களும் அவற்றின் செயல்பாடுகளும்

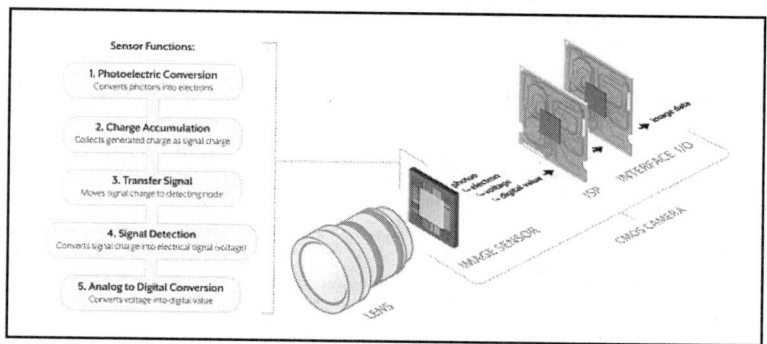

வண்ண வடிகட்டி வரிசை (colour filter array)

சென்சாரானது இயல்பில் நிறமற்றதாகும். ஒளியின் நிறத்தைப் பெறுவதற்கு சென்சாரில் வண்ண வடிகட்டி வரிசை (colour filter array) பயன்படுத்தப்படுகிறது. அது மொசைக் (mosaic) வடிவத்தில் பச்சை சிவப்பு, பச்சை நீலம் என்ற அமைப்பில் இருக்கும். அதாவது இரண்டு பச்சை, ஒரு சிவப்பு ஒரு நீல நிறம் என்பது போன்று ஃபில்டர் வரிசை அமைக்கப்பெற்றிருக்கும்.

குறைந்த அதிர்வெண் வடிகட்டி (Low pass filter)

ஒளி கடந்து சென்சாரில் செல்லும்போது அதன் தேவையற்ற அதிர்வெண்களைக் கட்டுப்படுத்துவதே லோ பாஸ் ஃபில்டரின் பணியாகும். இதனால் தேவையற்ற விவரங்கள் (moire) கட்டுப்படுத்தப்படுகிறது.

அகச்சிவப்பு வடிகட்டி (Infra red filter / Hot mirror)

சென்சார் ஒளியின் அலை நீளத்தில் உள்ள கண்களுக்கு புலப்படாத இன்ஃப்ரா ரெட் எனும் அகச்சிவப்பு ஒளியைத் தடுப்பதே அகச்சிவப்பு ஃபில்டரின் பணியாகும். இதை உஷ்ணக்கண்ணாடி (hot mirror) என்றும் அழைக்கலாம்.

மின் சுற்றுகை (Circuitry)

ஒளியில் உள்ள ஃபோட்டான்களை மின்சக்தியாக மாற்றும் (emf-electromotive force) பணி சென்சாரில் உள்ள மின்சுற்றுகை மூலம் செய்யப்படுகிறது.

பிக்சல் (Active Pixel)

சிறு ஒளிக் கிணறுகளாக உள்ள பிக்சலில் ஒளி உணர்திறன் கொண்ட ஒளிக்காணியின் (photo detector) உதவியுடன் ஒளியின் அளவைத் தீர்மானித்து சிலிகானிலிருந்து (silicon) எலக்ட்ரான்கள் வெளியிடப்படும் பணி மேற்கொள்ளப்படுகிறது.

மைக்ரோ லென்ஸ் (Micro lens)

மைக்ரோ லென்ஸ் ஒளியை அனைத்து திசைகளிலிருந்தும் பிக்சலுக்குள் செலுத்துவதற்கு உதவுகிறது.

ப்ளாக் பிக்சல் (Black pixel)

நாம் படமாக்கும் ஒளியின் இருண்ட பகுதியின் அளவை காமிராவின் எக்ஸ்போசரோடு பொருத்தி கணக்கீடு செய்கிறது ப்ளாக் பிக்சல். அதாவது கழித்தல் முறையின் மூலம் எவ்வளவு ஒளி இருண்ட பகுதி என்பதை அறிய முடிகிறது.

நாம் படமாக்கும் பிம்பத்தின் ப்ளாக் வேல்யூ (black value) மற்றும் இருண்ட பகுதியில் தோன்றும் புள்ளிகள் (grains) அல்லது நாய்ஸ் (noise) ஆகியவற்றை ப்ளாக் பிக்சல் மூலம் செல்லும் சிக்னல் தீர்மானிக்கிறது.

இன்றைய டிஜிட்டல் காமிராக்களில் சென்சார் போலவே மிக முக்கியமானது இமேஜ் ப்ராஸஸர் (Image processor) ஆகும்.

அது ஒரு சிறு கணினி (mini computer) போலவே செயல்படுகிறது. ஒளி சென்சாரில் பட்டவுடன் ஏற்படும் ஒளிசக்தியிலிருந்து நொடிக்கும் குறைவான நேரத்தில் ஒளி மற்றும் நிறத்தின் அளவுகோல்களை நிர்ணயித்தல் மற்றும் பல்வேறு நுட்பங்களை மதிப்பீடு செய்து டிஜிட்டல் தகவல்களாக மாற்றியமைக்கிறது.

காமிராவில் உள்ள மெமரி கார்டில் (memory card) காட்சிப் படிமங்கள் டிஜிட்டல் தகவல்களாக (அதாவது 0,1 என்ற பைனரி எண்களால்) பதிவாகிறது.

நாம் ஒவ்வொருமுறை காமிராவை இயக்கும்போதும் ஒரு நிழற்படம் உருவாக ஆயிரக்கணக்கான கணக்கீடுகளை காமிரா கணினி செயலி (Image processor) பயன்படுத்துகிறது. காட்சி முன்னோட்டம் (preview), பரிமாற்றம் (transfer), வடிகட்டுதல் (filter) மற்றும் சேமிப்பு (storage) ஆகியவை காமிரா கணினி செயலி மூலமாக நிகழ்கின்றன.

காமிராவை இயக்கும்போது ஏற்படும் அதிர்வுகளை இந்தக் கணினி செயலி வடிகட்டுகிறது. இன்று விலை குறைந்த டிஜிட்டல் காமிராக்களில்கூட இத்தகைய சிறப்பம்சங்கள் கிடைக்கப்பெறுகின்றன.

ஃபிலிம் காமிராக்களில் ஒளியானது ஃபிலிமில் படும்போது இரசாயன மாற்றத்தை ஏற்படுத்துகிறது. டிஜிட்டல் ஒளிப்பதிவு முறையில் ஒளியானது காமிராவில் உள்ள சென்சார் மீது பட்டு மின்சக்தியாக மாற்றம் பெறுகிறது.

டிஜிட்டல் காமிராவானது ஒளி மட்டுமல்லாமல் ஒலியையும் சேர்த்தே காமிராவினுள் பதிவு செய்கிறது. காமிராவில் உள்கட்டமைப்பு செய்யப்பட்டுள்ள ஒலிவாங்கி (microphone) மூலமாக காட்சியின் ஒலி பதிவுசெய்யப்படுகிறது.

டிஜிட்டல் ஒளிப்பதிவின் மிகப்பெரிய சாதகமான அம்சம் என்னவென்றால் பதிவு செய்த காட்சியை உடனடியாக காமிராவில் இருக்கும் ஸ்கிரீனில் பார்த்துவிடலாம். காட்சி தேவையில்லை எனில் அதை உடனடியாக நீக்கவும் செய்யலாம்.

சென்சார் அளவு – பதிவு செய்யப்படும் காட்சியின் செயல்திறனை கட்டுப்படுத்துகிறது. அதுவே காமிராவின் செயல்பாட்டையும் தரத்தையும் நிர்ணயிக்கிறது.

இன்றளவில் பல்வேறு வகையான சென்சார்கள் இருந்தாலும் டிஜிட்டல் சினிமா காமிராக்களில் மூன்று முக்கிய அளவுகோல்களில் சென்சார்கள் பயன்படுத்தப்படுகின்றன. அதற்கேற்ப காமிரா வடிவங்களும், லென்ஸ்களும் மாறுபடுகின்றன.

மைக்ரோ 4/3 (micro four thirds), ஏ.பி.எஸ்–சி (APS-C), ஃபுல் ஃபிரேம் (full frame) சென்சார்கள்.

மைக்ரோ 4/3 சென்சார் (micro four thirds): 14 எம்.எம். நீளமும் 18 எம்.எம் அகலமும் அளவு. இவ்வகை சென்சார் பல பிளாக் மேஜிக் பாக்கெட் காமிரா உட்பட பல சின்ன காமிராக்களில் பயன்படுத்தப்படுகிறது. இந்த சென்சார் வகையை சூப்பர் 16 எம்.எம் அளவுடன் ஒப்பிடலாம்.

ஏ.பி.எஸ் – சி (APS-C): 16 எம்.எம். நீளமும் 24 எம்.எம். அகலமும் கொண்ட இவ்வகை சென்சார் சூப்பர் 35 எம்.எம். (Super 35mm) வகை காமிராக்களின் வடிவமைப்புக்கு உட்பட்டது.

ஃபுல் ஃபிரேம்(full frame): 24 எம்.எம். நீளமும் 36 எம்.எம். அகலமும் கொண்ட ஃபுல் ஃபிரேம் சென்சார் மிகச்சிறந்த திறனைக்கொண்டது. மிகவும் குறைந்த ஒளியிலும் தரமான காட்சிப்பதிவு ஏற்படுத்த முடியும்.

இதன் அளவு 35 எம்.எம். ஃபிலிமின் அளவுகோலைச் சார்ந்தது.

இவ்வகை சென்சார் லென்ஸ்களின் அகன்ற பார்வைப் பரப்பை முழுமையாக பயன்படுத்திக் கொள்கிறது.

உதாரணம்: ஃபுல் ஃபிரேம் சென்சார் உள்ள காமிராவில் 16 எம்.எம். லென்ஸ் பயன்படுத்தும்போது அதனுடைய முழு பரந்து விரியும் பரப்பு பதிவு செய்யும் போது கிடைக்கும். அதுவே ஏ.பி.எஸ். சென்சார் கொண்ட காமிரா மூலமாக 16 எம்.எம். லென்ஸ் பயன்படுத்தினால் 24 எம்.எம். லென்ஸுக்கான பார்வை பரப்பு மட்டுமே கிடைக்கும்.

ரெசல்யூஷன் (Resolution): பிக்சல்களின் எண்ணிக்கையைக் கொண்டு அந்தக் காட்சி பிம்பத்தின் அடர்த்தியைக் குறிப்பது ரெசல்யூஷன். அதாவது பிக்சல்களின் எண்ணிக்கை கூடக் கூட அதன் அடர்த்தி அதிகரித்து பிம்பத்தின் தரம் அதிகரிக்கும். பிக்சல் அளவு அதிகரிக்க பிம்பத்தில் உள்ள நிறம், துல்லியம், ஒளி அளவு ஆகியவை சிறந்த தரத்தில் இருக்கும்.

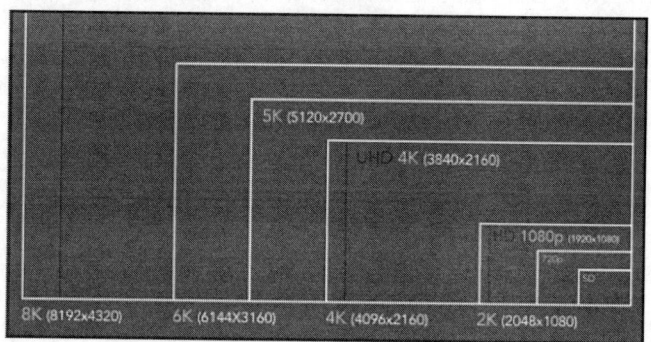

பிக்சல்களின் எண்ணிக்கை சென்சாரின் திறனால் கட்டுப்படுகிறது.

ரெசல்யூஷன் அளவும் படமாக்கும் வகையும்

அனலாக்

352 x 240 விடியோ சி.டி. (Video CD)

400 x 480 பீட்டா கேம் (Beta Cam)

டிஜிட்டல்

720 x 480 டி.வி.டி. (DVD), மினி டி.வி. (Mini DV)

1280 x 720 ப்ளூ ரே (Blue Ray), ஹெச்.டி.வி. (H.D.V)

1920 x 1080 – ஃபுல் ஹெச்.டி.. (Full HD)

2048 x 1080 – 2 கே டிஜிட்டல் சினிமா

4096 x 2160 – 4 கே டிஜிட்டல் சினிமா

8192 x 4320 - 8 கே டிஜிட்டல் சினிமா

இதில் கே ஆயிரத்தைக் குறிக்கிறது

பின் ஒளிர்வு சென்சார்

சமீபத்திய காமிராக்களில் பேக் இலுமினேடட் என்ற புதிய வகை தொழில்நுட்பத்தைக் கொண்ட சென்சார் பயன்படுத்தப்படுகிறது. பொதுவாக, சென்சார் கட்டமைப்பில் ஒளி உணர்திறன் வாய்ந்த பிக்சல் ஒளிக்கிணறுகள் பின்பகுதியிலேயே இருக்கும்.

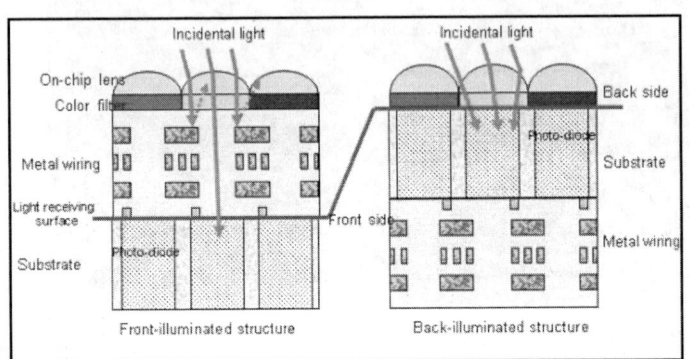

புதிய பின் ஒளிர்வு சென்சாரில் ஒளி உணர்திறன் கொண்ட பிக்சல் அமைப்பு முன் பகுதியிலேயே வைத்து தயாரிக்கப்படுகிறது. அதனால் ஒளியானது சென்சாரை அதிக இழப்பீடு இல்லாமல் அடைகிறது.

இந்த சென்சார் அதிக ஒளி உணர்திறன் வாய்ந்ததாகக் கருதப்படுகிறது.

****

2
திரைவடிவம்
(Aspect ratio)

திரைவடிவம் (Aspect ratio)

படமாக்கல் மற்றும் திரையிடல் - அளவு விகிதம் (Aspect Ratio)

திரைப்படக்கலை உருவான ஆரம்பகட்டங்களிலேயே படமாக்குவதற்கும் அதை திரையிடுவதற்கும் அளவுகோல் ஒன்றை உருவாக்கினர். இந்த அளவுகோலானது அகலம் மற்றும் உயரத்தின் அடிப்படையில் உருவாக்கப்பட்டது (width : height).

உதாரணம்: இன்று விடியோவில் பிரபலமாக இருக்கும் 16:9 என்ற அளவு விகிதத்தில், 16 புள்ளிகள் அகலத்தையும், 9 புள்ளிகள் உயரத்தையும் குறிக்கிறது.

1890ல் வில்லியம் கென்னடி டிக்ஸன் என்பவர் திரையிடலுக்கான அளவு விகிதத்தைக் கண்டறிந்தார். இவர் சினிமாவின் தந்தையாகக் கருதப்படும் தாமஸ் ஆல்வா எடிசனின் ஆய்வரங்கில் புகைப்படக் கலைஞராகப் பணியாற்றியவர்.

கொடாக் நிறுவனம் செல்லுலாய்ட் ஃபிலிம் தயாரிக்க ஆரம்பித்தவுடன் அதை தாமஸ் ஆல்வா எடிசன் தனது கினடாஸ்கோப்பில் பயன்படுத்த எண்ணினார். பல பரிசோதனை முயற்சிகளுக்குப் பின்பு வில்லியம் கென்னடி டிக்ஸன் 35 எம்.எம். ஃபிலிம் அளவைக் கண்டறிந்தார்.

ஒரு ஃபிரேமின் அளவானது 0.95 அளவு அகலமும் 0.735 இன்ச் நீளமும் கொண்டதாகும் (image size). இதை 1:1.33 என்று கணக்கிட்டார்கள்.

ஃபிலிமின் ஓரத்தில் காணப்படும் நான்கு துவாரங்களுக்கு உட்பட்டு ஒவ்வொரு ஃபிரேமின் அளவும் கட்டமைக்கப்படுகிறது. 1927ஆம் ஆண்டு வரை மௌனப்படங்களின் காலகட்டமாக இருந்தது. அப்போது காமிராக்களும் ப்ரொஜெக்டர்களும் 35 எம்.எம். ஃபிலிம் பயன்படுத்தி வந்தது. அதன் அளவு விகிதம் 1:1.33.

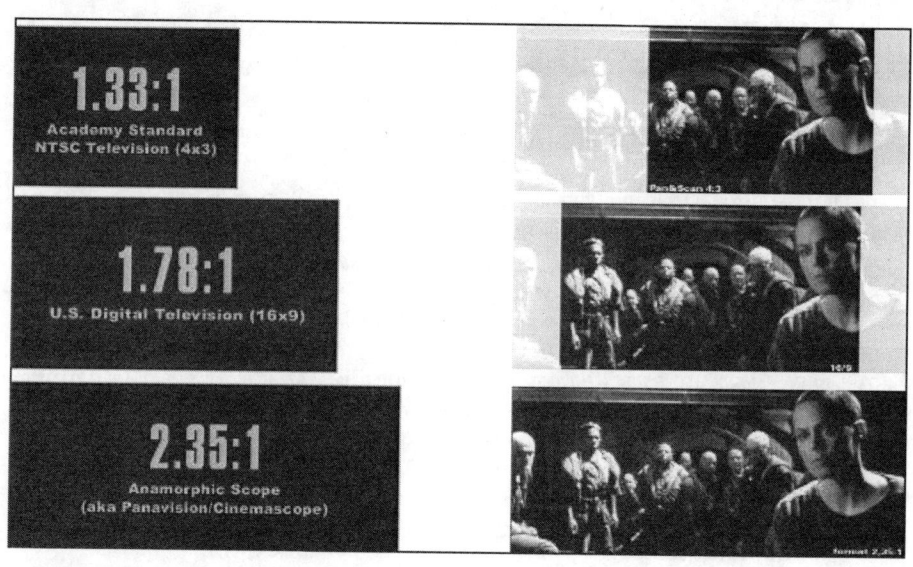

1907ஆம் ஆண்டு சினிமா தொழில்நுட்பத்திற்கான பொது விதிமுறை உருவாக்கப்பட்டது (Motion picture patent's agreement 1907). அதில் முக்கியமானவை ஒரு ஃபிரேமின் அளவு 1:1.33 வடிவத்தில் நான்கு துவாரங்களுக்குள் (4 perforation) உட்படவேண்டும். ஃபிலிமின் ஓரத்தில் உருவாக்கப்பட்டிருக்கும் அந்த துவாரங்கள் காமிரா மற்றும் ப்ரொஜெக்டரில் செலுத்தி இயக்க உதவும்.

திரை வடிவம் எப்படி ஒரு பொது விதிமுறைக்கு உட்படுத்தப்பட்டதோ அதேபோல, காமிரா இயக்கத்தின் வேகமும் சீராக்கப்பட்டது. அதாவது மோட்டார் மூலம் காமிராவை இயக்கும் காலகட்டத்திற்கு முன்னர் சினிமா காமிராக்கள் அதில் உள்ள நெம்புகோலை (lever) கைகளால் சுற்றியே ஒளிப்பதிவு காமிரா கருவிகளை இயக்கினர்.

சினிமா காமிராக்களை பொதுவான வேகத்தில் இயக்கவும் பின்னர் ப்ரொஜெக்டரில் அதே வேகத்தில் இயக்க முக்கிய கட்டளைகள் உருவாக்கப்பட்டன. ஒரு நொடிக்கு இரண்டு சுற்று வேகத்தில் காமிராவை இயக்க வேண்டும். அது ஒரு நொடிக்கு சுமார் 16 ஃபிரேம்களை பதிவு செய்யும். பின்னர், மோட்டாரால் இயக்கும் காமிராக்கள் தயாரிக்கப்பட்டன.

சினிமா பேசும் படமாக மாறும்போதுதான் நொடிக்கு 24 ஃபிரேம்களில் பதிவு செய்வதும் / ப்ரொஜெக்டரை இயக்குவதுமாக மாறியது. இன்றளவும் அந்த விதிமுறை பயன்படுத்தப்படுகிறது.

சில முக்கியக் காட்சிகளின் தன்மைக்கு ஏற்றவாறு படமாக்கும்போது காமிராவின் ஃபிரேம் ரேட்டை கூட்டவோ அல்லது குறைக்கவோ செய்யலாம்.

உதாரணம்: ஸ்லோமோஷன் (slow motion) காட்சிக்கு காமிராவின் ஃபிரேம் ரேட் வேகத்தை கூட்ட வேண்டும். ஆனால், ப்ரொஜெக்டர் என்றும் சீரான வேகத்திலேயே இயக்கப்படும்.

1932ஆம் ஆண்டு திரைப்படத்துறையை மேம்படுத்த அகாடமி ஆஃப் மோஷன் பிக்சர்ஸ் ஆர்ட்ஸ் அண்டு சயின்ஸ் நிறுவப்பட்டது.

திரைப்படங்கள் பேசும் படங்களான பிறகு ஃபிலிமில் ஒளியைப் பதிவு செய்ய ஒரு ஃபிரேமின் அளவு விகிதத்தை 1:1.37 என்று மாற்றியமைத்தனர். அதுவே பொதுவான விதிமுறையாகக் கொண்டு காமிராக்களும் திரையரங்குகளும் இதன் அடிப்படையிலேயே உலகம் முழுவதும் உருவாக்கப்பட்டன. இந்த அளவு விகிதம் படமாக்குவதற்கும், திரையிடுவதற்கும் மிக முக்கிய பங்கு வகிக்கிறது.

1950களில் தொலைக்காட்சியின் வரவையொட்டி மீண்டும் அதற்கேற்றவாறு 4:3 மற்றும் 16:9 போன்ற வடிவங்கள் உருவாகின. தொலைக்காட்சியின் தாக்கம் திரைப்படத்துறையை வெகுவாக பாதித்தது. திரைப்பட ரசிகர்களை மீண்டும் திரையரங்குகளுக்கு வரவழைக்கவும் வசீகரிக்கவும் அகன்ற திரை (wide screen format) வடிவத்தை உருவாக்கினர்.

குறிப்பாக, 20த் சென்சுரி ஃபாக்ஸ் நிறுவனம் முதன்முதலாக சினிமாஸ்கோப் என்ற அகன்ற திரை வடிவத்தை 1953ஆம் ஆண்டு தி ரோப் (The Robe) திரைப்படத்தின் மூலம் அறிமுகப்படுத்தினர்.

இந்த சினிமாஸ்கோப் முறையானது 35எம்எம். ஃபிலிம் மற்றும் காமிராக்களையே பயன்படுத்துகிறது. ஆனால் அகன்ற திரைப்பார்வை கொண்ட அனமார்ஃபிக் லென்ஸ்களை காமிராவிலும் ப்ரொஜெக்டர்களிலும் பயன்படுத்துகிறது. இதன் அளவு விகிதம் 1:2.35 ஆகும்.

சினிமாஸ்கோப் முறை உலகம் முழுவதும் பிரபலமடைந்தது. இதனால் திரையரங்குகளில் திரை அளவும் ப்ரொஜெக்டர்களும் மாற்றியமைக்கப்பட்டன.

அதன்பிறகுபலஅகன்றபார்வைகொண்டதிரைவடிவங்கள்உருவாக்கப்பட்டன. குறிப்பாக,

- சூப்பர்ஸ்கோப்,
- டெக்னிரமா,
- விஸ்டாரமா,
- சினிரமா,
- டாட் ஏ ஓ,
- விஸ்டாவிஷன்,
- 70 எம் எம்,
- சூப்பர் பேனா விஷன்,
- ஐ மேக்ஸ்

போன்றவை மூலமாக ரசிகர்களுக்குப் பிரம்மாண்ட அனுபவத்தைக் கொடுப்பதற்காக பல திரைப்படங்கள் உருவாக்கப்பட்டன. ஆனால் தற்போது இவற்றில் சினிமாஸ்கோப்பும், ஐ மேக்ஸும் மட்டுமே இன்றளவில் பயன்பாட்டில் உள்ளன.

சினிமாஸ்கோப் முறை பெரும் வரவேற்பை பெற்றதையொட்டி இந்தியாவில் குரு தத் இயக்கிய காகஸ் கி பூல் என்ற இந்திப்படம் கருப்பு வெள்ளையில் சினிமாஸ்கோப் படமாக 1959ஆம் ஆண்டு வெளிவந்தது. தாதா சாகேப் பால்கே விருது பெற்ற ஒளிப்பதிவு மேதை வி.கே.மூர்த்தி இந்த படத்தை ஒளிப்பதிவு செய்தார்.

தமிழிலும் 1970களில் சிவாஜி கணேசன் நடிப்பில் வரலாற்றுப் படமான ராஜ ராஜ சோழன் திரைப்படம் வெளிவந்தது.

ஹாலிவுட்டின் பிரம்மாண்ட திரைப்படங்கள் 70 எம்.எம் மில் உருவாக்கப்பட்டன. இந்தியாவில் 1967ஆம் ஆண்டு அரௌண்ட் த வேர்ல்ட் என்ற இந்திப்படம் 35 எம்.எம் அளவில் படமாக்கப்பட்டு அதை 70 எம்.எம் பிரதிகளாக வெளியிட்டார்கள். அதன் அடிப்படையிலேயே ஷோலே திரைப்படமும் வெளியானது.

தென்னிந்தியாவின் முதல் 70 எம்.எம் திரைப்படமாக படையோட்டம் என்ற மலையாளத் திரைப்படம் வெளிவந்தது. ஆனால் அது படமாக்கப்பட்டபோது சினிமாஸ்கோப் முறையிலேயே ஒளிப்பதிவு செய்யப்பட்டது.

சினிமாஸ்கோப் முறை தமிழில் 70களிலேயே அறிமுகப்படுத்தியிருந்தாலும் அவை பிரபலமானது 80களின் இறுதியில்தான். அதற்கு முக்கிய காரணம், சென்னை அடையார் ஃபிலிம் இன்ஸ்டிட்யூட் மாணவர்களின் தொழில்நுட்ப பங்களிப்போடு ஆபாவாணன் தயாரிப்பில் ஒளிப்பதிவாளர் ரமேஷ்குமார் ஒளிப்பதிவில் உருவான ஊமை விழிகள் திரைப்படம் பெற்ற வெற்றி அதன்பின் தயாரான ஏனைய தமிழ்ப்படங்கள் அனைத்தும் சினிமாஸ்கோப்பிலேயே உருவாக வழிவகுத்தது.

70களில் ஒளிப்பதிவாளர் மற்றும் இயக்குநர் பாலு மகேந்திரா 35 எம்.எம் ஃபிலிமில் படமாக்கி அதில் 1:1.66 என்ற அகன்ற திரை வடிவத்தை இந்தியாவில் பிரபலமாக்கினார்.

இவ்வடிவத்தில் 35 எம்.எம் காமிரா மற்றும் ப்ரொஜெக்டர்களே பயன்படுத்தப்படும். காமிராக்களிலும் ப்ரொஜெக்டர்களிலும் 1:1.66 அளவு விகிதம் கொண்ட ஃபிலிம் கேட்டுகளை பயன்படுத்த வேண்டும்.

சில வெளிநாட்டுத் திரைப்படங்கள் இன்றும் 35 எம்.எம் மில் உள்ள 1:1.66 மற்றும் 1:1.85 அளவு விகிதத்தை கலைப்படங்களுக்காக பயன்படுத்துகின்றனர்.

- ஆரம்பகால தொலைக்காட்சி மற்றும் கணினி திரை - 1.25:1 (5:4)
- இன்றைய நவீன ஹெச்.டி. தொலைக்காட்சி மற்றும் கணினி திரை – 1.77:1(16:9)

இன்றைய டிஜிட்டல் திரைப்பட யுகத்தில் அகன்றதிரைப்பட அளவானது 1: 2.39 ஆகும்.

திரைப்படத்துறைக்கு ஃபிலிம் பல அளவுகோல்களில் (film gauge) வெவ்வேறு பயன்பாடுகளுக்கேற்ப தயாரிக்கப்பட்டது.

குறிப்பாக, மிகவும் அதிகமாகப் பயன்படுத்தப்பட்டது - 8 மில்லி மீட்டர், 16 மில்லி மீட்டர், 35 மில்லி மீட்டர் மற்றும் 70 மில்லி மீட்டர் ஆகும்.

8 மில்லி மீட்டர்

1932ஆம் ஆண்டு ஈஸ்ட்மேன் கொடாக் நிறுவனம் பொதுமக்கள் தங்களுடைய தன்னார்வ படைப்புகளை (home movies) உருவாக்க 8 மில்லி மீட்டர் அளவுகோல் கொண்ட ஃபிலிம்களை தயாரித்தது.

16 மில்லி மீட்டர்

ஈஸ்ட்மேன் கொடாக் நிறுவனம் 1923ஆம் ஆண்டு, அப்போது பரவலாக பயன்படுத்தப்பட்ட 35 மில்லி மீட்டர் ஃபிலிமிற்கு மாற்றாக 16 மில்லி மீட்டர் அளவு கொண்ட ஃபிலிம் சுருள்களை அறிமுகப்படுத்தியது.

16 மில்லி மீட்டர் ஃபிலிம் சுருள்களின் வரவு ஆவணத்திரைப்படங்கள் மற்றும் அறிவியல் சார்ந்த பதிவுகளுக்கு அதிகமாகப் பயன்பட்டது.

பின்னர் 1950களில் விடியோ காமிரா அறிமுகமாவதற்கு முன்னர் தொலைக்காட்சித் தயாரிப்புகளுக்கு 16 மில்லி மீட்டர் ஃபிலிம்கள் பயன்படுத்தப்பட்டன.

தொழில்நுட்ப உதவியோடு 16 மில்லி மீட்டர் மூலம் திரைப்படத் தயாரிப்பில் தொடர்ந்து பயன்படுத்திக்கொண்டே வந்தனர். குறிப்பாக, ஆஸ்கர் விருது பெற்ற லீவிங் லாஸ் வேகாஸ் (Leaving Las Vegas) 1995ல் வெளிவந்தது. தமிழில் சுப்பிரமணியபுரம் (2008) ஆகியவை 16 மில்லி மீட்டர் ஃபிலிம் கொண்டு பதிவு செய்யப்பட்ட படங்கள்.

35 மில்லி மீட்டர்

35 மில்லி மீட்டர் ஃபிலிம்கள் திரைப்படக்கலை ஆரம்பம்தொட்டே உருவாக்கப்பட்டன.

திரைப்படத்துறையிலும் புகைப்படத்துறையிலும் இன்றைய டிஜிட்டல் யுகம் வரை மிக அதிகமாக பயன்படுத்தப்பட்டது 35 எம்.எம். ஆகும்.

35 மில்லி மீட்டர் ஃபிலிம் மூலமாக பல திரை வடிவங்கள் உருவாக்கப்பட்டன.

1: 1.33

1:1.66

1:1.85

பிறகு சினிமாஸ்கோப், சூப்பர் 35 மில்லி மீட்டர் என்று பல பரிமாணங்களாக இன்றளவு வளர்ந்தது.

70 மில்லி மீட்டர்

70 மில்லி மீட்டர் ஃபிலிம் கொண்டு தயாரிக்கப்பட்ட பிரமாண்ட திரைப்படங்கள் அகலப் பார்வை அனுபவத்தை அளித்து உலகம் முழுவதும் உள்ள திரைப்பட ரசிகர்களை வசீகரித்தது.

படமாக்கும்போது 65 மில்லி மீட்டர் காமிராவும் ஃபிலிமும் பயன்படுத்தி ஒளிப்பதிவு செய்யப்பட்டது. திரையரங்கில் திரையிடலுக்காக 70 மில்லி மீட்டர் பிரிண்ட் ஃபிலிம் பயன்படுத்தினர். அதில் 5 மில்லி மீட்டர் “6” வழி ஒலி (6 track sound) யை உட்படுத்தப் பயன்பட்டது.

70 மில்லி மீட்டர் ஃபிலிம் தயாரிப்பதற்கான முயற்சிகள் 19ஆம் நூற்றாண்டிலேயே தொடங்கப்பட்டது. பின்னர் 1955ஆம் ஆண்டு ஒக்லஹோமா (Oklahoma) திரைப்படத்தில் அறிமுகமாகி பென்ஹர் (Ben Hur), லாரன்ஸ் ஆஃப் அரேபியா (Lawrence of Arabia) ஆகிய பல திரைப்படங்களில் பிரபலமடைந்து, இவ்வெற்றியை தொடர்ந்து பல 70 மில்லி மீட்டர் வடிவங்கள் அறிமுகமாயின.

- டாட் ஏ ஓ (Todd AO)
- அல்ட்ரா பானாவிஷன் (Ultra Panavision)
- எம். ஜி. எம். 70 மில்லி மீட்டர் (MGM 70 mm)
- விஷ்டாவிஷன் (Vistavision)

ஐ - மேக்ஸ் (I-MAX)

சினிமாவின் தோற்றம்முதலே மிகப்பெரிய திரையில் காட்சிகளைப் பார்க்கும் வண்ணம் தொழில்நுட்ப முறைக்கான தொடர் முயற்சியில் பல அகன்ற திரை வடிவங்களில் குறுகிய காலம் மிகவும் பிரசித்தி பெற்றது சினிரமா (Cinerama) .

மூன்று இணைப்பு 35 மில்லி மீட்டர் காமிராக்களில் படமாக்கி மூன்று இணைப்பு ப்ரொஜெக்டர்கள் மூலம் 146 டிகிரி திரைப்பார்வை கொண்ட பெருந்திரையில் காட்சிகளைப் பார்க்கும் வண்ணம் வடிவமைக்கப் பெற்றது.

திஸ் இஸ் சினிரமா (This is Cinerama) என்ற ஹாலிவுட் திரைப்படம் சினிரமா அமைப்பில் 1952ல் வெளியானது.

இந்தியாவில், பெங்களூருவில் 1968ஆம் ஆண்டு கபாலி திரையரங்கம் சினிரமா வசதியுடன் வடிவமைக்கப்பட்டது. மிகப்பெரிய வரவேற்பை பெற்றிருந்தாலும் ஒரு சில திரைப்படங்களே சினிரமா தொழில்நுட்பத்தோடு தயாரிக்கப்பட்டது.

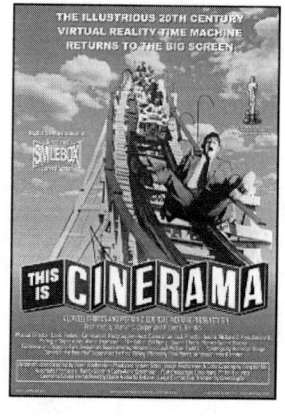

1970ஆம் ஆண்டு ஜப்பானில் நடைபெற்ற எக்ஸ்போ 70 (Expo 70) தொழில்நுட்ப விழாவில் டைகர் சைல்ட் (Tiger Child) படத்தின் மூலம் ஐ மேக்ஸ் அறிமுகப்படுத்தப்பட்டது.

ஐ-மேக்ஸ் திரையின் அளவு ஏறத்தாழ 70 அடி அகலமும் 50 அடி உயரமும் கொண்ட அமைப்பாகும். ஐ-மேக்ஸ் 35 மில்லி மீட்டர் திரை வடிவத்தை காட்டிலும் 6 மடங்கு அடர்த்தியான காட்சித்தன்மையுடன் விளங்குகிறது.

2002ஆம் ஆண்டு முதல் சினிமாஸ்கோப்பில் எடுக்கப்படும் சில திரைப்படங்கள் ஐ-மேக்ஸ் தன்மைக்கு ஏற்றவாறு பிரிண்ட் செய்யப்பட்டு வெளியாகவும் செய்கிறது.

முற்றிலும் டிஜிட்டல் தொழில்நுட்பத்திற்கு சினிமா மாறிவருவதை கவனித்த ஐ-மேக்ஸ் நிறுவனம் 2008ஆம் ஆண்டில் தனது ஐ-மேக்ஸ் டிஜிட்டலில் திரையிடுவதற்கான தொழில்நுட்பத்தை அறிமுகப்படுத்தியது. இரண்டு ப்ரொஜெக்டர்கள் மூலம் 2000 பிக்சல் திறனுடன் (2k) காட்சிகளை திரையிடும் உக்தியைக் கொண்டது. இதில் 3டி (3D) முறையிலும் திரையிடலாம்.

****

3
லென்ஸ் கூறுகள் / குழுக்கள்
(lens elements and groups)

லென்ஸ் கூறுகள் / குழுக்கள் (lens elements and groups)

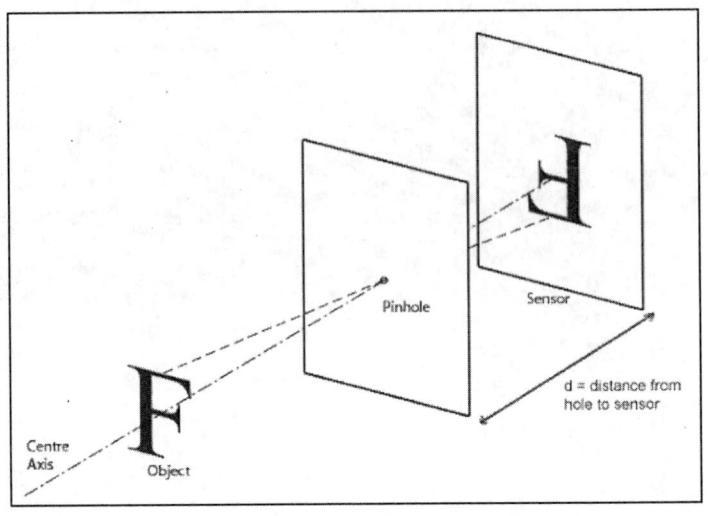

ஒரு சிறிய குண்டூசி துவாரத்தின் வழியாக ஒளியை செலுத்தும்போது இருண்ட பகுதியில் மங்கலான வட்டமான உருவத்தைக் காண முடியும். ஒரு பிம்பத்தை உருவாக்க எளிய வழி இது. இதனை ஆங்கிலத்தில் பின் ஹோல் இமேஜ் என்பார்கள். ஒளிப்படக்கலையின் துவக்கமும் இதுவேயாகும்.

ஒளிக்கதிர்களானவை ஒரு வளைந்த கண்ணாடி மீது படும்போது ஒளியானது வளைக்கப்படுவதோடு திசையும் மாறுதல் அடைகிறது. கண்ணாடியின் வடிவத்தை கட்டுப்படுத்துவதன் மூலம் ஒளியின் திசை மற்றும் அதன் கோணத்தை வளைத்து ஒரு குறிப்பிட்ட புள்ளியில் குவிமையப்படுத்தி விடலாம். இதன் பலன் என்னவென்றால், கூர்மையான பிம்பத்தை உருவாக்க முடியும்.

காமிரா லென்ஸின் கண்டுபிடிப்பானது, மனிதக் கண்களின் செயல்பாடுகளை பிரதியெடுத்தே வடிவமைக்கப்பட்டுள்ளது. கண்ணாடி அல்லது

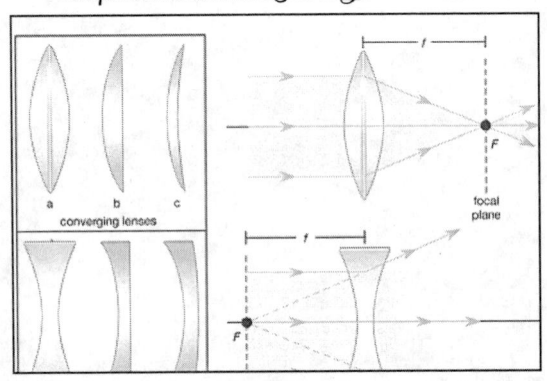

ப்ளாஸ்டிக்கினால் தயாரிக்கப்படும் லென்ஸானது, கண்களைப் போலவே ஒளியை உள்வாங்கி அதை ஃபோகஸ் செய்து நிறம், வெளிச்சம், துல்லியத்தை வெளிப்படுத்துவதோடு காமிராவின் சென்சாரை சென்றடையவும் உதவுகிறது.

ஒளியின் கதிர்களை மடக்கி அல்லது குவிமையப்படுத்தி ஒரு குறிப்பிட்ட புள்ளியில் இணைப்பை ஏற்படுத்துவதே இதன் அடிப்படை. லென்ஸ் ஒளி விலகல் (refractive index) என்ற கோட்பாட்டின் அடிப்படையில் ஒரு பொருளின் பிம்பத்தை உருவாக்க வடிவமைக்கப்பட்ட ஒரு வெளிப்படையான (transparent) அமைப்பாகும்.

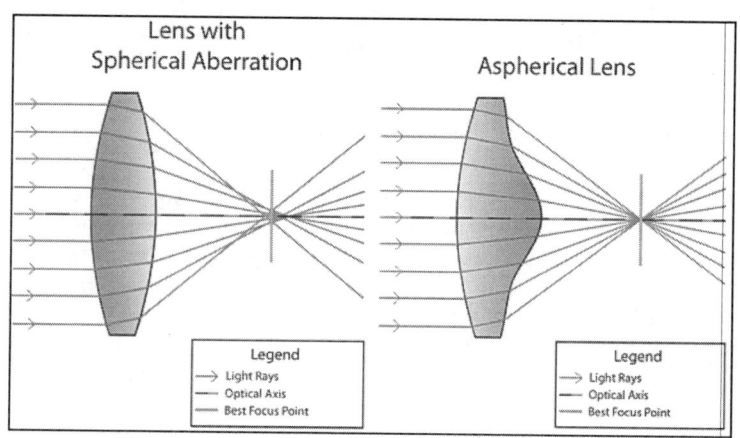

லென்ஸ் என்ற அமைப்பு உருவாவதற்கு அதன் கட்டமைப்பில் எதிரெதிர் பக்கங்களில் இணையாக இருக்கக்கூடாது.

காமிரா லென்ஸ் உருவாக்கம் என்பது பல்வேறு கண்ணாடிகளின் கூட்டமைப்பே ஆகும். பொதுவாக, லென்ஸை தனியாக பயன்படுத்தும்போது சிறிய பிழைகளை ஏற்படுத்துகிறது. அதனால் அதனோடு கூடவே இரண்டு அல்லது அதற்கும் மேற்பட்ட லென்ஸ்களை இணைப்பாகக் கட்டமைக்கும்போது அடுத்தடுத்த கண்ணாடிகள் ஏற்படுத்தும் பிழைகளை சரி செய்யவே பயன்படுத்தப்படுகிறது.

ஒரு லென்ஸ் தனிப்பட்ட ஆப்டிகல் கண்ணாடியுடன் இன்னும் சில கண்ணாடிகள் தனிப்பட்ட கூறுகளாகவும் ஒன்றுக்கும் மேற்பட்ட கண்ணாடிகள் குழுக்களாகவும் பதிக்கப்படுகிறது. இது எலிமெண்ட்ஸ் அண்ட் க்ரூப் என்று அழைக்கப்படுகிறது.

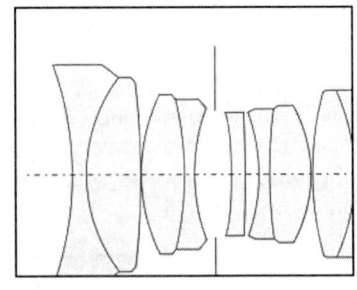

இதற்கு முக்கிய காரணம் எந்த ஒரு லென்ஸை எடுத்துக்கொண்டாலும் பல்வேறு கண்ணாடி கூறுகளாகவும் குழுக்களாகவும் பிரித்து உருவாக்கினால்தான் சிறந்த தரத்தை எட்டமுடியும்.

லென்ஸ் என்பது ஒளிக்கதிர்களைக் குறிப்பிட்டவாறு குவிக்கவோ அல்லது விரியவோ செய்யவல்ல ஓர் எளிய கருவியாகும். இது ஒரு பொருளை பெரிதாகவோ அல்லது சிறிதாகவோ காட்டவல்லது. பொதுவாக ஒற்றை லென்ஸ்கள் கண்ணாடி அல்லது நெகிழி போன்ற ஒளி ஊடுருவும் பொருளால் செய்யப்பட்டது. ஒளி ஓர் ஊடகத்திலிருந்து வேறோர் ஊடகத்தின் வழியே செல்லும் பொழுது ஏற்படும் ஒளிவிலகல் பண்பே லென்ஸின் அடிப்படைப் பண்பாகும். இதன் அடிப்படையிலேயே வெவ்வேறு வளைவுகளைக் கொண்ட லென்ஸ்களின் பரப்புகள் அமைக்கப்படுகின்றன. ஒரு லென்ஸின் புறப்பரப்பு சீரான குழியாகவோ, குவிந்தோ அல்லது சமதளமாகவோ இருக்கும்.

பொதுவாக லென்ஸ்கள் எவ்வகையானவை என்பதைப் பொறுத்து, ஒளிக்கதிர்களை அது திசை திருப்பும் பண்பு அமையும்.

டபுள் கான்வெக்ஸ் லென்ஸ் என்பது இருபரப்பும் குவிந்திருக்கும் லென்ஸாகும். அதே போல இரு பரப்பும் குழிந்து இருந்தால் டபுள் கான்கேவ் லென்ஸ் எனப்படும். ஒரு பரப்பு, குவிந்தும் ஒரு பரப்பு சமதளமாகவும் இருந்தால் ப்ளேனோ கான்வெக்ஸ் லென்ஸ் எனப்படும். ஒரு பரப்பு குழிந்தும் மறு பரப்பு சமதளமாகவும் இருந்தால் ப்ளேனோ கான்கேவ் லென்ஸ் எனப்படும். ஒரு பரப்பு குவிந்தும், மறு பரப்பு குழிந்தும் இருந்தால் குவிகுழி லென்ஸ் எனப்படும். ஒரு குவிகுழி லென்ஸின் வளைவுகள் ஒரே அளவான உருண்டைப் பரப்பாக இருக்குமானால் அதனை இணை குவிகுழி லென்ஸ் என்பர்.

லென்ஸ் கூறுகள் (elements) அவற்றின் வடிவம் மூலமாகவே விவரிக்கப்படுகின்றன.

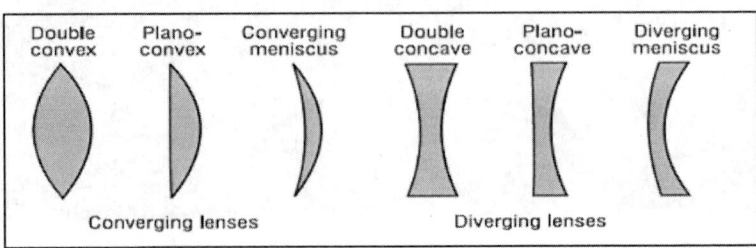

கான்வெக்ஸ்

- டபுள் கான்வெக்ஸ்
- ப்ளேனோ கான்வெக்ஸ்
- கான்கேவ்
- டபுள் கான்கேவ்
- ப்ளேனோ கான்கேவ்
- குவிகுழி - கன்வெர்ஜிங் மினிஸ்கஸ்
- குழிகுவி - டைவர்ஜிங் மினிஸ்கஸ்.

லென்ஸ்கள் சரியான படங்களை உருவாக்குவதில்லை. அவற்றில் சில இடங்களில் விலகல் மற்றும் பிறழ்ச்சிகள் ஏற்படுகின்றன. லென்ஸ்களை சரியாக முறையாகத் தயாரிப்பதன் மூலமே இதனை ஓரளவிற்கு சரி செய்ய இயலும். பிறழ்சியில் பல வகைகள் உள்ளன.

லென்ஸ்களின் கோள அமைப்பு மாறுபடுவதால் இவ்வகை பிறழ்ச்சி ஏற்படுகிறது. இது பெரும்பாலும் கான்வெக்ஸ் லென்ஸ்களில் ஏற்படக்கூடிய பிறழ்ச்சி ஆகும். இவ்வகை பிறழ்ச்சியால் பிம்பங்கள் முதன்மை அச்சை விட்டு விலகி குவிக்கப்படும். அதனால் பிம்பங்கள் தெளிவாக அமைவதில்லை. வளைவு பரப்புகளை சரியாக அமைப்பதன் மூலம் கோளப் பிறழ்ச்சியை சரி செய்யலாம்.

நிறப் பிறழ்ச்சி (chromatic aberration)

வெவ்வேறு ஒளிவிலகல் குறிப்பு எண்கள் கொண்ட ஒளிக்கதிர்கள் வெவ்வேறு அளவில் நிறப்பிரிகை அடைவதால், இப்பிறழ்ச்சிகள் ஏற்படுகின்றன. இப்பிறழ்ச்சியினால் வெவ்வேறு நிறங்களின் குவிப்புள்ளி வெவ்வேறு இடங்களில் இருக்கும். இதனால் நிறங்கள் பிரிக்கப்படுகின்றன. நிறப்பிறழ்ச்சி இல்லாத லென்ஸ்களைப் பயன்படுத்துவதன் மூலம் இவ்வகைப் பிறழ்ச்சிகள் சரி செய்யப்படுகின்றன. ஃபுளோரைட் படிகங்களால் ஆன லென்ஸ்களும் இவ்வகை பிறழ்ச்சிகளைக் குறைக்கின்றன.

****

4

லென்ஸ் உருவாக்கம்
(Lens manufacture)

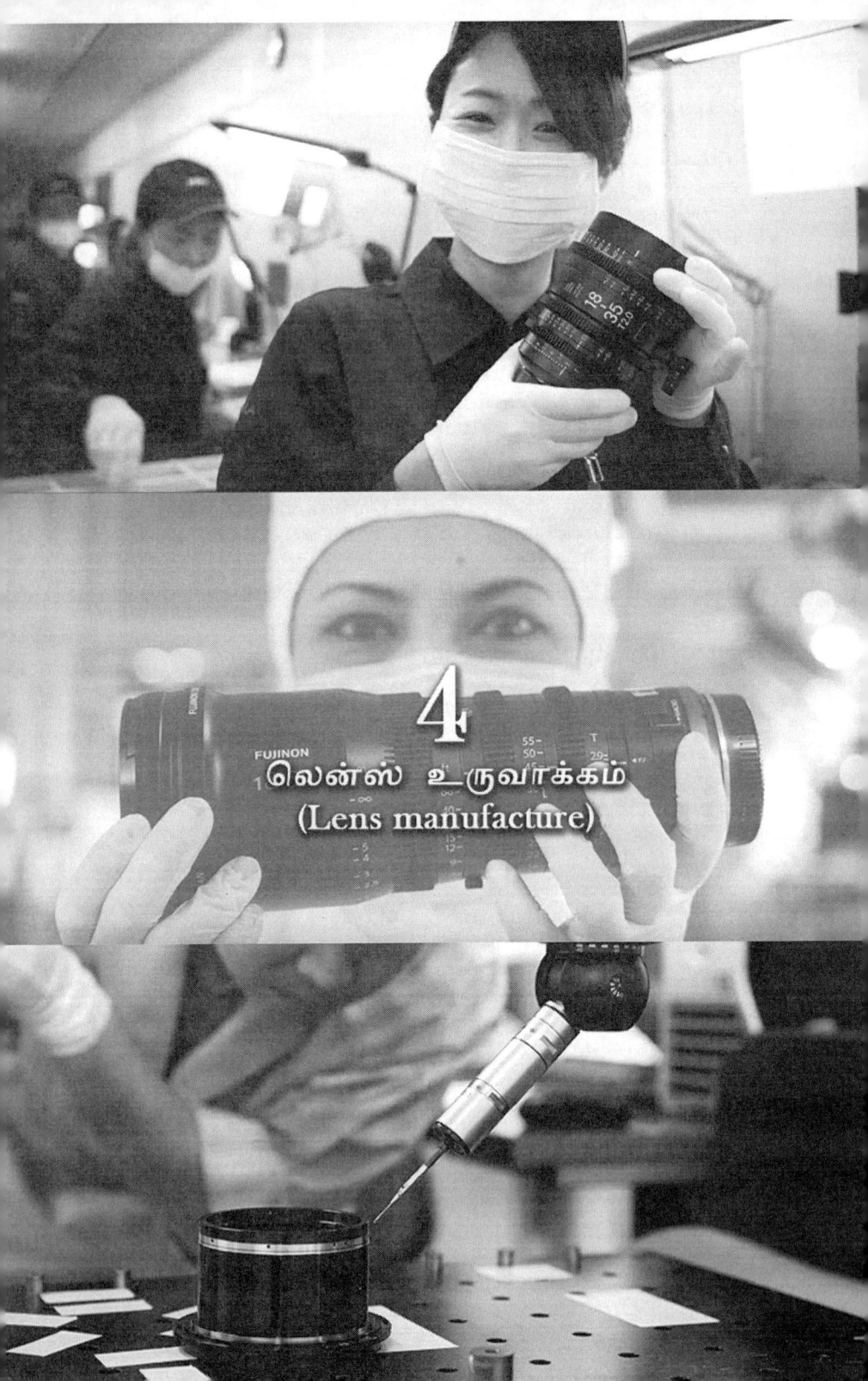

லென்ஸ் உருவாக்கம் (Lens manufacture)

லென்ஸ் உற்பத்தியாளர்களுக்கு குறிப்பிட்ட விற்பனையாளர்கள் மூலம் ஆப்டிகல் கிளாஸ் / கண்ணாடி வழங்கப்படுகிறது.

பொதுவாக, இமேஜ் உருவாக்கத்திற்கு மாசற்ற சூழலில் உருவாகும் நீரின் தரத்தோடு உறை நிலையில் தயாரிக்கப்பட்ட ஓர் அழுத்தப்பட்ட தட்டு அல்லது வெட்டப்பட்ட கண்ணாடி தகடாகத்தான் லென்ஸ் தயாரிப்பாளர்களுக்குத் தரப்படுகிறது.

முதற்கட்டமாக வளைவு ஜெனரேட்டர் (curve generator) கொண்டு கண்ணாடி கூறுகளை குழிவான அல்லது குவிந்த (concave or convex) லென்ஸ்களாக வடிவமைக்கப்படுகின்றன.

லென்ஸ் அதன் வடிவத்திற்கான விவரக்குறிப்புகளை அடைய தொடர்ச்சியான செயல்முறைகளின் வழியாகச் செல்கிறது. அவற்றில் மிக முக்கியமானதுதான் அரைத்தல் மற்றும் பாலிஷிங் செய்வதாகும்.

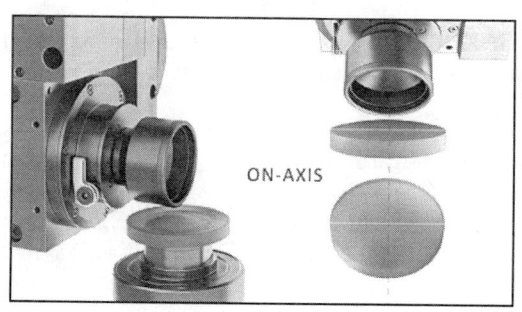

ON-AXIS

முதற்கட்டமாக உருவாக்கப்பட்ட லென்ஸ்கள் அடுத்து கவனமாக சுத்தம் செய்யப்படுகின்றன. அதற்குபின் மிக முக்கியமான கட்டம் என்பது லென்ஸ் மேல் பூச்சு (coating) செய்வது.

ஆக்ஸிடேஷன், ஒளி பிரதிபலிப்புகளைத் தடுத்தல், வண்ணச் சமநிலை, ஒளி ஊடுருவுதல் போன்ற காரணங்களுக்காக லென்ஸ் மேல்பூச்சு செய்யப்படுகிறது.

ஒவ்வொரு லென்ஸ் தயாரிப்பாளரும் லென்ஸ் மேல்பூச்சு செய்யும் முறையை தங்களின் தரக்கட்டுப்பாட்டு ரகசியமாகக் கருதுவார்கள்.

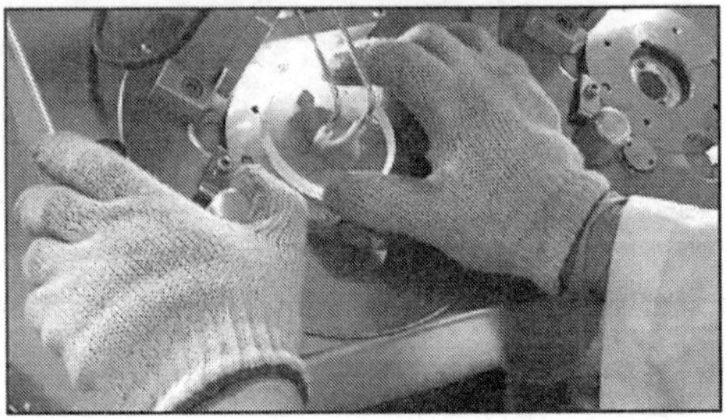

மெட்டல் ஆக்ஸைடுகள், லைட் அலாய், ஃப்ளூரைடுகள் மற்றும் குவார்ட்ஸின் அடுக்குகள்கொண்டு வேக்குவம் பிராஸஸர்கள் மூலம் லென்ஸ்களுக்கு மேல்பூச்சு செய்யப்படுகிறது.

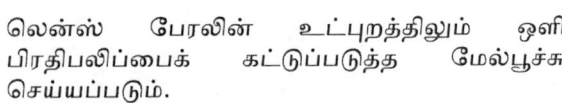

லென்ஸில் சிறந்த வண்ண வெளிப்பாடு மற்றும் ஒளி ஊடுருவும் தன்மையடைய பல முறை அடுக்குகளாக மேல்பூச்சு செய்யப்படும்.

அடுத்து, உருண்டை வடிவத்தில் கொள்கலனை அதாவது பேரலை (barrel) உருவாக்குவது. இதற்குள்ளேதான் லென்ஸ் கூறுகளை கவனமாகப் பதிப்பார்கள். அவை மெட்டல், ப்ளாஸ்டிக், அலுமினியம் அல்லது பித்தளை இவற்றில் ஏதாவது ஒன்றோ அல்லது கூட்டாகவோ கொண்டு தயாரிக்கப்படுகிறது.

லென்ஸ் பேரலின் உட்புறத்திலும் ஒளி பிரதிபலிப்பைக் கட்டுப்படுத்த மேல்பூச்சு செய்யப்படும்.

அப்பர்சர் திறப்பான டயாஃப்ரம் (Diaphragm) ஆட்டோ ஃபோகஸ் அல்லது ஃபோகஸ் வளையம் ஆகியவை துணை பாகங்களாக தயாரிக்கப்படுகிறது.

டயாஃப்ரம் மெல்லிய தாள்களிலிருந்து வளைந்த இலைகளாக உருவாக்கப்படுகிறது. அவற்றில் டயாஃப்ரம் திறப்பு அளவுகோல்களில் செயல்பட வேண்டும். அதற்கு பேரல் வெளிப்புறத்தில் ஏ.எஃப் அல்லது டி ஸ்டாப் போன்ற எண் குறியீடுகளால் நிர்மாணிக்கப்படுகிறது. லென்ஸின் பின்புறத்தில் அமைவது லென்ஸ் மவுண்ட். இதன் மூலமே லென்ஸ் காமிராவில் செலுத்தப்படுகிறது.

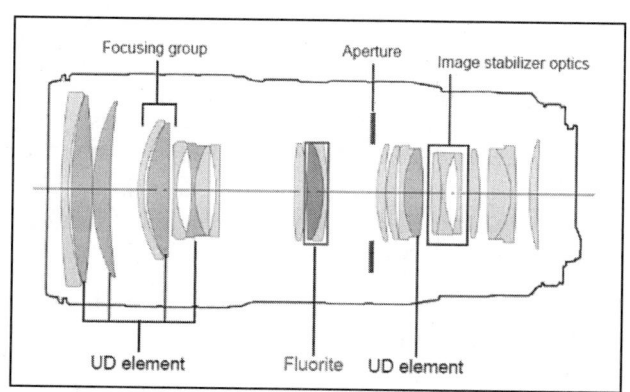

தற்போதுள்ள லென்ஸ்களுள் ஆட்டோஃபோகஸ், காமிரா லென்ஸ் அதிர்வுகளை மட்டப்படுத்தி படம் ஸ்டெபிலைஷேஷன் போன்ற அம்சங்களை அமைக்க லென்ஸ் பேரல் உள்ளே மினி சிப், சர்க்யூட்டுகள் பொருத்தப்படுகின்றன. இவை காமிரா பாகத்தில் உள்ள இமேஜ் ப்ராஸஸர்களுடன் தகவல் பரிமாற்றம் செய்துகொள்ளும்.

பொதுவாக லென்ஸின் பண்பானது அதன் மையப்பகுதியில் இமேஜை எப்போதும் நன்றாகவே பார்க்கிறது. ஆனால் விளிம்புகளைச் சுற்றியுள்ள பகுதியில் அதன் பார்வை மங்கலாகிறது. வண்ண மாற்றங்கள் லென்ஸில் உள்ள குறைபாடுகள் ஆகியவை அபரேஷன்ஸ் என்று சொல்லப்படுகிறது.

இந்தப் பிறழ்வுகளின் விளைவுகளைக் குறைக்க மேலும் சில லென்ஸ்கள் குழுவாக (in groups) சரி செய்யப்படுகிறது. அதற்காகப் பிரத்யேகமாக சில ஒளிச்சிதறல்களைக் கட்டுப்படுத்த கண்ணாடிகளைப் பயன்படுத்துகிறார்கள்.

எல்.டி. - குறைந்த சிதறல் (low dispersion)

ஈ.டி - கூடுதல் குறைந்த சிதறல் (Extra low dispersion)

ஈ.எல்.டி. - அசாதாரண குறைந்த சிதறல் (Extraordinary low dispersion)

யு.எல்.டி. - தீவிர குறைந்த சிதறல் (Ultra low dispersion)

எஸ்.எல்.டி - ஸ்பெஷல் குறைந்த சிதறல் (Special low dispersion)

லென்ஸ்களில் அதன் இயல்பிலேயே நிறப்பிறழ்ச்சி, கோள மாறுபாடுகள் ஒளிச்சிதறல்கள் உள்ளவையே. இவை அனைத்தையும் சரி செய்யப்பட்டு உருவாக்கப்படுவதே ஒளிப்படக்கலைக்கான லென்ஸ்கள்.

****

5
லென்ஸ் - அறிமுகம்
(lens - introduction)

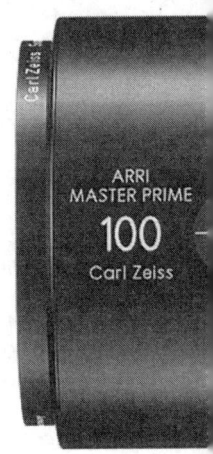

லென்ஸ் - அறிமுகம் (lens - introduction)

காமிராவின் முக்கிய இணைப்பு லென்ஸ் ஆகும். பல அடுக்குகள் கொண்ட லென்ஸ் கூறுகள் (lens elements) ஒளிக்கதிர்களை அதன் பாதையில் சென்சாரை சென்று அடையும் வரை துல்லியமாக வழி நடத்துகிறது.

சிறந்த தயாரிப்பிலான லென்ஸ்கள் ஒளிச்சிதறல்களை (lens aberration) வெகுவாகக் கட்டுப்படுத்துகின்றன.

காமிராவின் முக்கியமான இணைப்பு பாகம் லென்ஸ். கான்கேவ் (concave) மற்றும் கான்வெக்ஸ் (convex) கண்ணாடிகளின் இணைப்புதான் லென்ஸ் ஆக உருவாக்கப்படும் அடிப்படை அறிவியல் நுட்பம்.

லென்ஸ் என்ற வார்த்தை கிரேக்கச் சொல்லான லென்டில் என்ற சொல்லிலிருந்து மறுவி வந்தது. (லென்டில் ஒரு பருப்பு வகை, அப்படியே லென்ஸ் போன்ற வடிவில் இருக்கும்).

லென்ஸில் இரண்டு முக்கியமான பணிகள் செய்யப்படுகிறது.

- ஒளியை அப்பர்சர் என்ற திறப்பு மூலம் கட்டுப்படுத்துகிறது.
- லென்ஸில் உள்ள ஃபோகஸ் வளைவு மூலம் காமிராவின் வியூ ஃபைண்டரில் பார்த்தவாறு காட்சிகளை நமக்கு எந்த பகுதி தெளிவாக வேண்டுமோ அதை ஃபோகஸ் செய்ய உதவுகிறது.

அப்பர்சர் (Aperture)

ஒளியானது லென்ஸ் வழியாக செல்லும்போது காட்சிகளின் தன்மைக்கு ஏற்றவாறு ஒளி அளவை தீர்மானிக்க வேண்டி அப்பர்சர் என்ற விருப்பம் லென்ஸில் உள்ளது.

அப்பர்சர் திறப்புகளை எஃப் அல்லது டி ஸ்டாப் என்ற எண்களால் நிர்மாணிக்கப்படுகிறது.

F 1.5 / 2 / 2.8 / 4 / 5.6 / 8 / 11 / 16 / 22 / 32

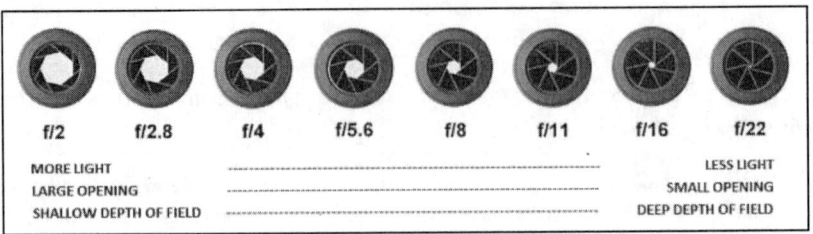

எஃப் எண்கள் அதிகரிக்க அதிகரிக்க, காமிராவுக்குள் ஒளியின் அளவு செல்வது குறையும்.

பொதுவாக ஹை ஸ்பீட் லென்ஸ் என்பதை அப்பர்சர் திறப்பை வைத்தே சொல்லப்படுவதுண்டு. குறைந்த எஃப் எண் கொண்ட லென்ஸ் அதிக வெளிச்சத்தை காமிராவுக்குள் செலுத்தும்.

எஃப் ஸ்டாப் (F stop) எண் அளவுகோல் என்பது லென்ஸின் குவிய நீளத்தாலும் அப்பர்சர் துளைவிட்டம் மூலமும் வகுக்கப்படுகிறது.

டி ஸ்டாப் (T stop)

திரைப்பட லென்ஸ்கள் பெரும்பாலும் டி ஸ்டாப் முறையைக் கொண்டவை. டி ஸ்டாப் டிரான்ஸ்மிஷன் ஸ்டாப் எனப்படும். ஒளியானது லென்ஸின் உட்புற பாகத்தின் வழியே கடக்கும் போது சிறிய அளவிலான ஒளிச்சிதறல் ஏற்படுவதுண்டு. அதனால் அந்த இழப்பீடுகளை கணக்கில் கொண்டு உருவாக்கப்பட்ட அப்பர்சர் எண் முறைதான் டி ஸ்டாப்.

டெப்த் ஆஃப் ஃபீல்ட் (Depth of field)

ஃபிரேமில் படமாக்கும் பொருளின் முன்னும் பின்னும் ஃபோகஸும் (focus), துல்லியமும் (zone of sharpness) படிப்படியாக மாறுபடும்.

கலை (artistic) சார்ந்த பதிவுகளைச் செய்வதற்கு, டெப்த் ஆஃப் ஃபீல்ட் நிர்ணயம் ஓர் ஒளிப்படக்கலைஞருக்கு மிகவும் முக்கியமான உத்தியாகும்.

ஒரு காட்சியை ஃபோகஸ் செய்து பதிவாக்கம் செய்யும்போது காட்சியின் பின்புறம் (background) ஒருவித மங்கலாக (out of focus) இருந்தால் அது

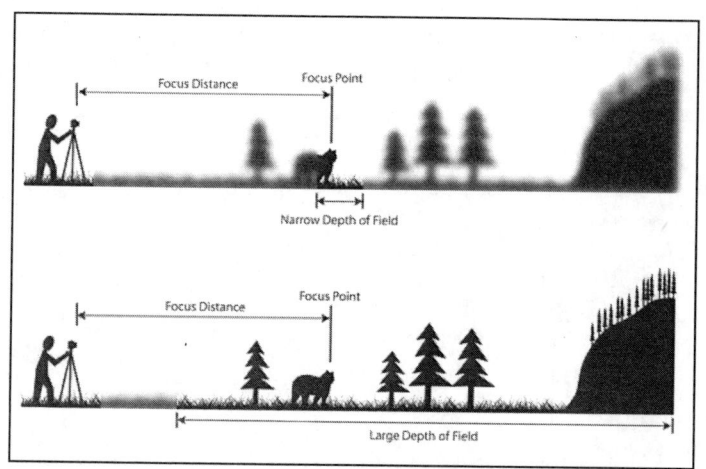

காட்சிக்கு அழகுணர்ச்சியை ஊட்டும். இதை போக்ஹே (bokeh) என்பார்கள். நாம் ஃபோகஸ் செய்யும் பொருளுக்கு பின்னால் (background) கொஞ்சம் டெப்த் மாறுபட்டால்தான் காட்சிக்கு (subject) தனித்தன்மை கிடைக்கும்.

ஒளிப்படப்பதிவில் டெப்த் ஆஃப் ஃபீல்டைக் கட்டுப்படுத்த மூன்று முக்கியமான காமிரா கட்டுப்பாடுகள் கொண்டு செய்ய வேண்டும்.

- சென்சார்
- அப்பர்சர்
- ஃபோகல் லென்த்

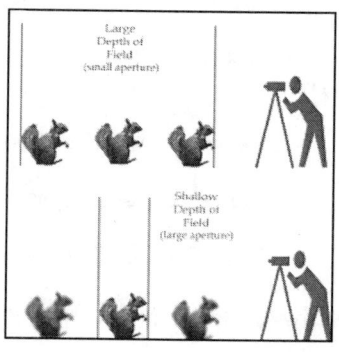

டிஜிட்டல் காமிராக்களில் உள்ள சென்சாரின் அளவு மிக முக்கிய பங்கு வகிக்கிறது

சென்சாரின் அளவு அதிகமாகும் போது காட்சிப்பதிவில் போக்ஹே (bokeh) டெப்த் ஆஃப் ஃபீல்ட் நன்றாக கட்டுப்படும்

அப்பர்சர் எண் அதிகமாக ஆக டெப்த் (depth) கூடிக்கொண்டே போகும். அப்பர்சர் எண் குறையக்குறைய டெப்த் குறைந்து காட்சிக்கு அழகூட்டும்.

அதேபோல் டெலி லென்ஸ் பயன்படுத்தும் போதும் டெப்த் ஆஃப் ஃபீல்ட் கன்ட்ரோல் கிடைக்கும்.

ஃபோகல் லென்த் (focal length)

லென்ஸின் குவிய நீளம் என்பது லென்ஸுக்கும் இமேஜ் சென்சாருக்கும் இடையிலான தூரம் ஃபோகல் லென்த் எனப்படுகிறது. இதன் அளவீடு மில்லிமீட்டரில் கணக்கிடப்படுகிறது.

என்ன வகையான லென்ஸ் பயன்படுத்துகிறோம் (நார்மல் அல்லது டெலி லென்ஸ்) என்று அறிய ஃபோகல் லென்த் அளவுகோல் உபயோகமாகிறது.

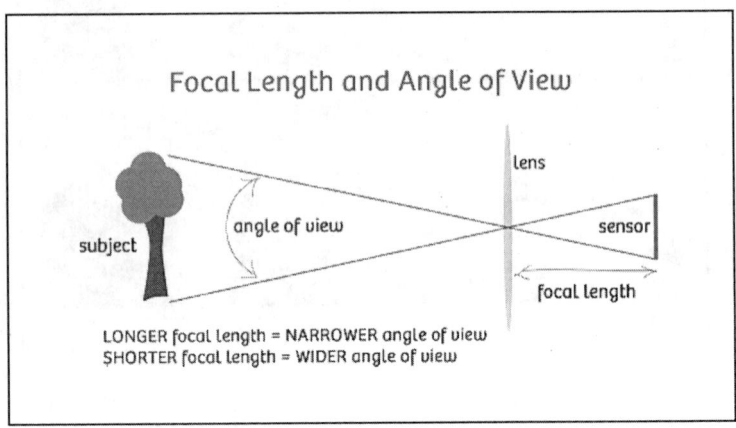

லென்ஸ் இரண்டு முக்கிய வகைகளாக பிரிக்கப்படுகிறது.

- ப்ரைம் லென்ஸ் (prime lens)
- ஜூம் லென்ஸ் (zoom lens)

மேலே உள்ள இரண்டு வகை லென்ஸுகள் மூன்று முக்கியமான பார்வைப் பரப்புகளுக்கு உட்படுகிறது.

- நார்மல் லென்ஸ் (normal lens)
- வைட் லென்ஸ் (wide lens)
- டெலி லென்ஸ் (tele lens)

நார்மல் லென்ஸ் (normal lens)

மனிதனுடைய கண்களில் உள்ள பார்வைக்கோணத்தை அடிப்படையாக கொண்டு தயாரிக்கப்படுகிறது.

படமாக்கும் பரப்பு - 45 டிகிரி

35 எம்.எம்.காமிராவிற்கு - 50 எம்.எம். நார்மல் லென்ஸ் ஆகும்.

வைட் லென்ஸ் (wide lens)

நார்மல் லென்ஸை விட அதிக பார்வை பரப்பு (angle of view) கொண்டு தயாரிக்கப்படும் லென்ஸ், வைட் லென்ஸ் ஆகும்.

அதிக பார்வைப் பரப்பைப் படமாக்கும் திறனுள்ள வைட் லென்ஸ் படமாக்கும் காட்சிகளின் தன்மை இயல்பை விட இமேஜின் அளவு சுருக்கப்படும்.

8 எம்.எம். லிருந்து 40 எம்.எம். வரை உள்ள லென்ஸ் வைட் ரகத்தை சார்ந்தது.

டெலி லென்ஸ் (Tele lens)

டெலி லென்ஸ் பயன்படுத்தும் போது படமாக்கும் இடமோ, பொருளோ இயல்பை விட பெரியதாக பதிவாகும்.

டெலி லென்ஸ் பார்வை பரப்பு அதன் எம்.எம். அளவைப் பொறுத்து சுருங்கும்.

75 எம்.எம். லிருந்து 500 எம்.எம். வரை தயாரிக்கப்படும் லென்ஸ் டெலி லென்ஸ் ஆகும்.

ப்ரைம் லென்ஸ் (Prime lens)

பிரத்தியேகமாக குறிப்பிட்ட எம்.எம்.ல் வடிவமைக்கப்படும் லென்ஸ்கள் ப்ரைம் லென்ஸ் எனப்படும்.

ப்ரைம் லென்ஸ் வைட், நார்மல், டெலி ஆகிய அனைத்து வகைகளிலும் தயாரிக்கப்படுகின்றன

உதாரணம் : 20 எம்.எம், 35 எம்.எம், 50 எம்.எம், 85 எம்.எம், 100 எம்.எம், 135எம். எம், 200 எம்.எம், 350 எம்.எம், 400 எம்.எம், 500 எம்.எம். ஆகிய வெவ்வேறு அளவுகளில் பல லென்ஸ் நிறுவனங்கள் தயாரிக்கின்றன.

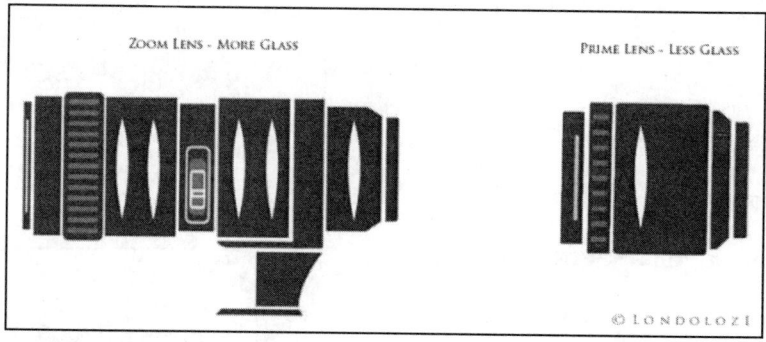

ஜூம் லென்ஸ் (zoom lens)

பல எம்.எம். கொண்ட லென்ஸ்களை ஒருங்கிணைத்து ஒரே லென்ஸாக வடிவமைக்கப்படுவது ஜூம் என்று அழைக்கப்படுகிறது. ஜூம் லென்ஸ், நகரும் பாகங்களைக் கொண்ட அமைப்பாகும்.

ஸ்பெரிக்கல் மற்றும் அனமார்ஃபிக் லென்ஸ்

திரைப்படத்துறை ஒளிப்பதிவில் இரண்டு முக்கிய வகைகளாகப் பிரிப்பார்கள். ஒன்று ஸ்பெரிக்கல் மற்றும் அனமார்ஃபிக். ஸ்பேரிக்கல் லென்ஸ் பற்றி எளிமையாகக் கூற வேண்டும் என்றால் இமேஜ் சென்சாரில் திரைவிகிதத்தை ஆஸ்பெக்ட் ரேஷியோ மாற்றாமல் செலுத்துகிறது.

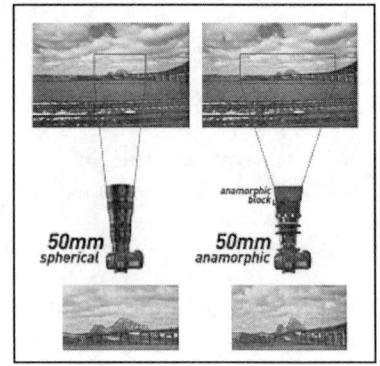

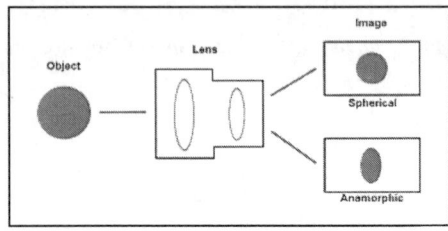

அனமார்ஃபிக் சினிமாஸ்கோப் லென்ஸ்கள் திரை விகிதத்தை சுருக்கி சென்சாரில் இமேஜை செலுத்துகிறது.

லென்ஸ் ஷிம்ஸ்

ஒளியின் குவிய தூரத்தை சற்று மாற்றி அமைக்கவும். ஃபோகஸ் மையப்புள்ளிகளின் குறைபாட்டை நீக்கவும் ஷிம்ஸ் என்ற மெல்லிய தகடுகள் லென்ஸின் பின்புறத்தில் வைத்து பயன்படுத்தப்படுகிறது.

ஷிம்ஸ் பல்வேறு தடிமானங்களில் தயாரிக்கப்படுகிறது. அவை (0.025 -1.0) மில்லி மீட்டர் அளவுகளில் கிடைக்கப்பெறுகிறது.

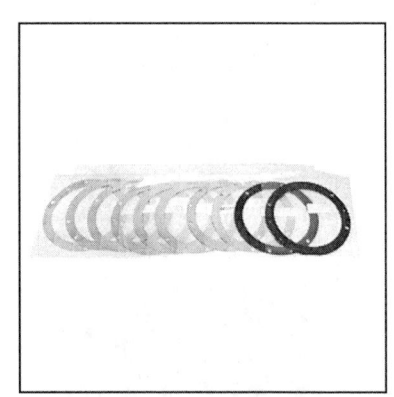

விளிம்பு தூரம் (Flange distance)

ஃப்ளேன்ஜ் தூரம் என்பது காமிரா லென்ஸ் மவுண்டின் விளிம்பிலிருந்து சென்சாருக்கு இடையிலான தூரம்.

தற்போது பிரபலமாக விளங்கும் கண்ணாடிகளற்ற (mirrorless camera) காமிரா மாடல்களில் விளிம்பு தூரம் குறைவாக இருக்கும்.

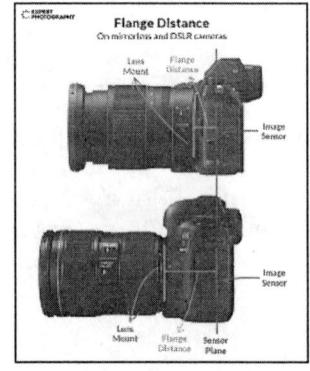

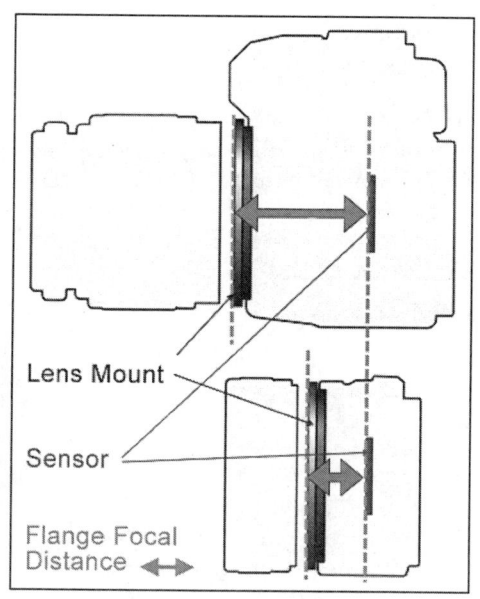

அதுவே டி.எஸ்.எல்.ஆர். காமிரா மாடல்களில் விளிம்பு தூரம் அதிகமாக இருக்கும்.

குறுகிய ஃப்ளேன்ஜ் தூரம் லென்ஸ்கள் சென்சாருடன் அருகாமையில் இருக்க அனுமதிக்கப்படுகிறது. இதனால் காமிராவின் அளவும் சிறிதாக தயாரிக்க உதவுகிறது.

லென்ஸ் அடாப்டர்கள்

ஒவ்வொரு காமிரா தயாரிப்பும் பிரத்யேகமாக அவர்களுடைய லென்ஸ் மவுண்ட் மற்றும் அதே நிறுவனத்தின் லென்ஸுக்கு ஏற்ப உருவாக்கியிருப்பார்கள்.

ஆனால் ஒளிப்படப்பதிவிலோ அல்லது திரைப்பட ஆக்கத்திற்கு மற்ற பிராண்ட் லென்ஸ்கள் பயன்படுத்துவது அத்தியாவசியமாகிறது.

லென்ஸ் அடாப்டர்களை லென்ஸ் மவுண்டில் பொருத்தி மற்ற பிராண்ட் லென்ஸ்களை பயன்படுத்தலாம்.

உதாரணம்: சோனியின் ஆல்ஃபா வகை காமிராக்கள் இ (E) வகை லென்ஸ் மவுண்டுகளை கொண்டுள்ளது. இதில் கேனான் லென்ஸ்களை பயன்படுத்தவேண்டும் என்றால் சிக்மா எம்.சி.II அடாப்டர்களை உபயோகப்படுத்த வேண்டும்.

மெட்டாபோன்ஸ் (Metabones)

மெட்டாபோன்ஸ் என்பது புதிய வகை லென்ஸ் அடாப்டர்களே. அவை பல்வேறு லென்ஸ் மவுண்ட்டிற்கும் லென்ஸ் தயாரிப்புக்கும் மாற்றி அமைக்கும் பணியுடன் மேலும் ஸ்பீட் பூஸ்டர் என்னும் புதிய தொழில்நுட்பத்தைக் கொடுக்கிறது.

அதன் மூலம் சென்சார் மற்றும் லென்ஸின் பார்வைக்கோணம் விரிவடைகிறது. அதேபோல லென்ஸ்களில் ஒரு ஸ்டாப் எக்ஸ்போசர் திறப்பு கூடுதலாக கிடைக்க வாய்ப்புள்ளது.

லென்ஸ் ஹூட் (Lens Hood)

லென்ஸின் முன்பகுதியில் பொருத்தி லென்ஸ் ஹூட் பயன்படுத்தப்படுகிறது. இவை ஒளியால் ஏற்படும் கூசொளியை (glare) லென்ஸில் படாமலிருக்க உதவுகிறது. இது ஏறத்தாழ ஒரு நிழற்குடைபோல செயல்படுகிறது.

மேட் பாக்ஸ் (Matte box)

செவ்வக வடிவத்தில் இருக்கும் மேட் பாக்ஸ் நான்கு பிணைப்புகளாக மடிக்கும்படி இருக்கும். இவை தேவையற்ற ஒளி லென்ஸ் மீது படுவதைத் தடுக்க உதவுகிறது. மேலும் மேட் பாக்ஸ் அடுக்குகளாக இருப்பதால் ஒன்றுக்கும் மேற்பட்ட ஃபில்டர்களை பொருத்தவும் ஏதுவாகிறது.

மேட் பாக்ஸை லென்ஸ் ஹூட் போல நேரடியாக லென்ஸில் பொருத்த முடியாது. அதற்கு காமிராவின் உதிரிபாகங்களின் வழியாக இரு பக்கங்களிலிருந்து வரும் தண்டுகள் (rods) மூலம் லென்ஸ் முன்னர் பொருத்தப்படுகிறது.

லென்ஸ் கன்வர்ட்டர்கள் (Lens converters)

லென்ஸ் கன்வர்ட்டர்கள் இரண்டாம் நிலை லென்ஸ்களாகும். இவை காமிரா மற்றும் லென்ஸ் இடையே பொருத்தப்பட்டு பயன்படுத்தப்படுகிறது.

பல்வேறு வகைகளில் லென்ஸ் கன்வர்ட்டர்கள் உள்ளன. இவை அனைத்தும் லென்ஸின் ஃபோகல் லென்த்தை மாறுதல் செய்யக்கூடியவை. டெலி கன்வர்ட்டர்கள் - பார்வைக்கோணம் சுருங்கி இமேஜின் அளவு பெரிதாகும்.

லென்ஸை சுத்தம் செய்யும் கிட்

லென்ஸை எப்போதும் மிகவும் கவனமாக கையாள வேண்டும். லென்ஸில் தூசி மற்றும் விரல் ரேகை படியக்கூடாது. இவ்வாறானவை இமேஜின் தரத்தை நேரடியாக பாதிக்கும். லென்ஸை மிகவும் கவனமாக சுத்தம் செய்ய வேண்டும்.

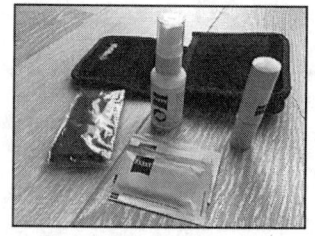

லென்ஸை சுத்தம் செய்வதற்கான பொருட்களில் உள்ளவை:

லென்ஸ் கரைசல் (lens solution)

மைக்ரோ ஃபைபர் துணி (micro fibre cloth)

ஊதுகுழல் ப்ரஷ் (blower brush)

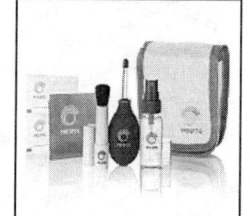

லென்ஸில் தூசு இருந்தால் ப்ரஷ் கொண்டு சுத்தம் செய்யலாம். லென்ஸில் விரல் ரேகை இருந்தால் மைக்ரோ ஃபைபர் துணி கொண்டு மென்மையாக துடைக்க வேண்டும். லென்ஸில் கறை இருந்தால் மட்டுமே லென்ஸ் கரைசல் பயன்படுத்த வேண்டும். அடிக்கடி லென்ஸ் கரைசலைப் பயன்படுத்தினால் லென்ஸின் மேல்பூச்சு பாதிக்கப்பட வாய்ப்புள்ளது.

*****

6
ஸ்டில் போட்டோ லென்ஸ்கள்

ஸ்டில் போட்டோ லென்ஸ்கள்

ஸ்டில் லென்ஸ்களின் கண்ணாடிக் கூறுகளும், மேல்பூச்சும் மிகச் சிறப்பாகவே கட்டமைக்கப்படுகிறது.

நிறம், காண்ட்ராஸ்ட், ஃபோகஸ் துல்லியம் ஆகியன சினி லென்ஸ்களைப் போலவே அந்தந்த நிறுவனங்களின் தனித்தன்மையோடு நுட்பமாகவே தயாரிக்கப்படுகிறது.

ஸ்டில் லென்ஸுக்கும் சினி லென்ஸுக்கும் உள்ள வித்தியாசம் அதன் பயன்பாட்டில் தான் வேறுபடுகிறது.

இன்றைய நவீன டிஜிட்டல் காமிராவில் உள்ள சென்சார் அளவிற்கும், ரெசல்யூஷன் போன்ற நுட்பங்களுக்கும் ஏற்றவாறே ஸ்டில் லென்ஸ்களின் தரம் விளங்குகிறது.

ஆனால் ஃபோகஸ், லென்ஸ் சுவாசம், ஃபோகஸ் பேரல் வளைவு குறைவாகவே இருப்பது ஆகியன முக்கிய குறைபாடுகளாகும்.

மேலே குறிப்பிடப்பட்டுள்ள குறைபாடுகளோடு கவனத்தில் கொண்டு ஒளிப்பதிவாளர்கள் செயல்படும்போது சிறந்த பயன்பாட்டை கேனான், சோனி, ஜீஸ், பேனாசோனிக், லீக்கா லென்ஸ் தயாரிப்பு லென்ஸ்கள் மூலம் பெறமுடியும்.

ஸ்டில் லென்ஸ்களின் சிறப்பு

- எடை மற்றும் விலை குறைவு.
- ஆட்டோ ஃபோகஸ் மற்றும் அதிர்வு வடிகட்டும் ஸ்டெபிளைசேஷன் நுட்பங்கள்.

- பல்வேறு ஃபோகல் லென்த்துகளில் லென்ஸ் கிடைக்கும் சாத்தியம். (அதாவது ஒவ்வொரு நிறுவனமும் குறைந்தது நூற்றுக்கணக்கான லென்ஸ்களை தயாரிக்கிறது)

தற்போது பல வெளிநாட்டு நிறுவனங்களான ஆர்.பி. டியுகோலஸ் ஒளிப்பட லென்ஸ்களை சில ஆயிரங்கள் சேவைத் தொகை பெற்றுக்கொண்டு சினி லென்ஸ் போன்று மறு உருவாக்கம் செய்து கொடுக்கிறார்கள்.

சிறப்புப் பயன்பாட்டு லென்ஸ்களான மேக்ரோ, சூப்பர் டெலி (500 எம். எம். மேற்பட்டுள்ளவை) ஸ்டில் லென்ஸ்களில் பல்வேறு வகைகளில் தயாரிக்கப்படுவதால் திரைப்பட ஆக்கத்திற்கு எளிதாகத் தேர்வு செய்யும் வசதியும் கிடைக்கிறது.

பிரபலமான ஸ்டில் லென்ஸ்கள் விடியோகிராஃபி மற்றும் திரைப்பட ஒளிப்பதிவிற்கு...

கேனான் இ.எஃப். மற்றும் ஆர்.எஃப். தொடர் லென்ஸ்கள்

சோனி நிறுவனத்தின் ஜீ மாஸ்டர் லென்ஸ்கள்

சிக்மா வின் ஆர்ட் லென்ஸ்கள்

ஜீஸ் நிறுவனத்தின் ஓடூஸ் மற்றும் மில்வஸ் லென்ஸ்கள்

பேனாசோனிக் லுமிக்ஸ் எஸ் தொடர் லென்ஸ்கள்

லீக்கா நிறுவனத்தின் மைக்ரோ 4/3 லென்ஸ்கள்

பிரபலமான ஒளிப்பட ஜூம் லென்ஸ் வகைகள்

- 11 - 16 எம்.எம்.
- 16 - 35 எம்.எம்.
- 24 - 70 எம்.எம்.
- 24 - 105 எம்.எம்.
- 30 - 300 எம்.எம்.
- 70 - 200 எம்.எம்.
- 70 - 300 எம்.எம்.
- 25- 500 எம்.எம். ஆகிய வகைகளில் தயாரிக்கப்படுகிறது.

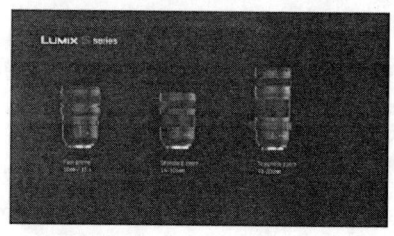

ஸ்டில் காமிரா திரைப்பட ஒளிப்பதிவில் புகழ் பெற்றதற்கான மிக முக்கியமான காரணங்களில் ஒன்று, அதனுடைய தரம் வாய்ந்த ஸ்டில் ஃபோட்டோ கிராஃபிக்கு பயன்பட்டு வந்த இ.எஃப். லென்ஸுகள்தான்.

பல ஒளிப்பதிவாளர்கள் இ.எஃப்.லென்ஸ்ஸை விரும்பியதற்கு முக்கிய காரணம் இமேஜ் துல்லியம் மற்றும் பல்வேறு ரகங்களில் லென்ஸ்கள் எளிதாக கிடைப்பதும் தான்.

அதனால் சமீபத்திய நவீன காமிராக்களான ரெட், பிளாக் மாஜிக், கேனான் சினி காமிராக்களில் கேனான் இ.எஃப். லென்ஸ் பொருத்தும் வகையில் இ.எஃப். மவுண்டிலும் காமிராவை தயாரித்து வருகிறார்கள்.

இ.எ.ஃப். லென்ஸ்கள் 50க்கும் மேற்பட்ட வகைகளில் உள்ளன.

கேனான் இ.எஃப். மவுண்ட்டில் வரும் முக்கிய லென்ஸ் வகைகள்:

11 - 16 எம்.எம். (F / 2.8)

16 - 35 எம்.எம். (F / 2.8)

24 - 70 எம்.எம். (F / 2.8)

24 - 105 எம்.எம். (F / 4)

50 எம்.எம். (F / 1.4) & (F / 1.2)

70 - 200 எம்.எம். (F / 2.8) (F / 4)

100 எம்.எம். மேக்ரோ (macro) (F / 2.8)

மேலே குறிப்பிட்ட கேனான் ஸ்டில் லென்ஸ்கள் உயர்தரமான காட்சிகளை அளித்தாலும் சினிமா ஒளிப்பதிவில் இவ்வகை லென்ஸ்களைப் பயன்படுத்தும்போது ஃபாலோ ஃபோகஸ் (follow focus) செய்வது சிரமமாக உள்ளது.

இதை மனதில் கொண்டு புகழ் பெற்ற கார்ல் ஜீஸ் (carl zeiss) நிறுவனம் வேகமாக வளர்ந்து வரும் டிஜிட்டல் ஒளிப்பதிவிற்கு ஏற்றாற்போல ஓரளவு குறைந்த எடையில் வடிவமைத்த லென்ஸ்கள்தான் சி.பி.2 (CP.2) என்ற காம்பாக்ட் ப்ரைம் (compact prime) லென்ஸ்கள்.

*****

7
சினி லென்ஸ்

சினி லென்ஸ்

டிஜிட்டல் யுகத்திற்குப் பிறகு விலைகுறைந்த டி.எஸ்.எல்.ஆர். காமிராவில் திரைப்பட ஆக்கம் பிரபலமானது. அதே போல ஸ்டில் ஃபோட்டோகிராஃபி லென்ஸ்கள் ஒளிப்பதிவிற்கும் வெகுவாகப் பயன்படுத்தப்படுகிறது.

பொதுவான தருணங்களில் தரமான ஸ்டில் ஃபோட்டோகிராஃபி லென்ஸுக்கும் சினிமா லென்ஸுக்கும் இமேஜ் குவாலிட்டியில் பெரிய வித்தியாசத்தைக்கண்டுபிடிப்பது கடினம். ஆனால் ஒரு திரைப்படத்திற்கான ஒளிப்பதிவு என்பது பல சவால்கள் நிறைந்தது. பல்வேறு சீதோஷ்ண நிலைகள், வெளிப்புறப் படப்பிடிப்பின்போது அடிக்கடி ஏற்படும் ஒளி மாறுதல்கள் இப்படியான இக்கட்டான வேளைகளில் சினி லென்ஸ்களின் பயன்பாடு முதன்மையாகிறது.

தொடர் காட்சிகள் பதிவாவதற்கு ஏற்றவாறு சினி லென்ஸ்கள் வடிவமைக்கப்படுகின்றன. காட்சிகளைப் பதிவு செய்யும்போது அப்பர்சர், ஃபோகஸ் ஆகியவற்றை உறுதியாக மாற்றம் செய்யலாம்.

சினி லென்ஸ்கள் அப்பர்சர் திறப்பு டி ஸ்டாப்புகளால் நிர்மாணிக்கப்படுகின்றன. அதேபோல மேனுவலாக ஒளியைக் கட்டுப்படுத்தவும் முடியும். ஆனால் ஸ்டில் காமிரா லென்ஸ்களில் பெரும்பாலும் அப்பர்சர் திறப்பின் செயல்பாடு எலக்ட்ரானிக் முறையில் செயல்படுவதால் காட்சிகளின் நடுவே மாறுதல்கள் செய்வது சிரமமாகும்.

சினி லென்ஸ்களின் பேரல் அளவு பெரியதாக இருப்பதால் ஃபோகஸ் எண்களின் மார்க்கிங் சீரான இடைவேளையிலும் ஏறத்தாழ 270 டிகிரி சுற்றளவு இருப்பதால் திரைப்பட ஆக்கத்தின்போது ஃபோகஸ் செய்வது சுலபமாகிறது.

ஸ்டில் லென்ஸ்களில் ஃபோகஸ் மார்க்கிங் மிகவும் குறுகிய இடைவெளியில் இருப்பதால் அது ஒளிப்படப்பதிவிற்கு ஏற்றவாறு வடிவமைக்கப்பட்டுள்ளது.

லென்ஸ் தொடர்களில் பல்வேறு ஃபோகல் லென்த் கொண்ட லென்ஸ்கள் அனைத்திலும் முன்விட்டம் (front diameter) ஒரே அளவில் தயாரிக்கப்படுகிறது. ஆகவே ஃபில்டர்களை தேர்வு செய்வதும் அனைத்து லென்ஸ்களுக்குப் பொருத்துவதும் எளிதாகிறது.

லென்ஸ் சுவாசம் (lens breathing)

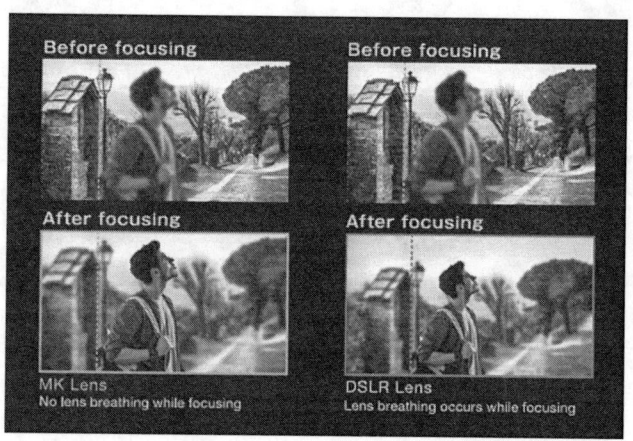

பொதுவாக லென்ஸ்களில் ஃபோகஸ் ஒரு புள்ளியிலிருந்து மற்றொன்றிற்கு மாற்றும்போது காட்சியில் சற்று சுருங்கி விரியும். இது லென்ஸ் ப்ரீதிங் எனப்படும். சினி லென்ஸ்களில் இக்குறைபாடு மிகவும் குறைந்த சதவிகிதத்தில் காணப்படும். சில விலையுயர்ந்த லென்ஸ்களில் லென்ஸ் சுவாசம் தவிர்க்கும்படி தயாரிக்கப்பட்டிருக்கும்.

ஸ்டில் லென்ஸ்களில் லென்ஸ் சுவாசம் ஃபோகஸ் மாற்றத்தின் போது அதிகமாகக் காணப்படும்.

லென்ஸ் மேல்பூச்சு, மிகவும் தரமான கண்ணாடிகளின் கூட்டமைப்புகளால் சினி லென்ஸ்கள் சிறந்த காண்ட்ராஸ்ட், பட்டொளியின் (flare) வெளிப்பாடு, சீரான நிறவெளிப்பாடு ஆகியன முக்கிய அம்சங்களாகும்.

பெரும்பாலான சினி லென்ஸ்கள் பி.எல்.மவுண்ட்டில் தயாரிக்கப்பட்டு வந்தன. சமீப காலங்களில் கேனான், சோனி, நிக்கான் மவுண்ட்களிலும் சினி லென்ஸ் தயாரிக்கப்படுகிறது.

லென்ஸ் வெளிப்புறத்தில் பல்சக்கரங்கள் கொண்டு வளையங்கள் உள்ளதால் பின்தொடர் (follow focus) கருவிகளைப் பொருத்தி பயன்படுத்த முடியும்.

*****

metabones
PL
metabones
metabones
metabones

8
லென்ஸ் மவுண்ட்

SONY
metabones
LA-NEX-MD
metabones

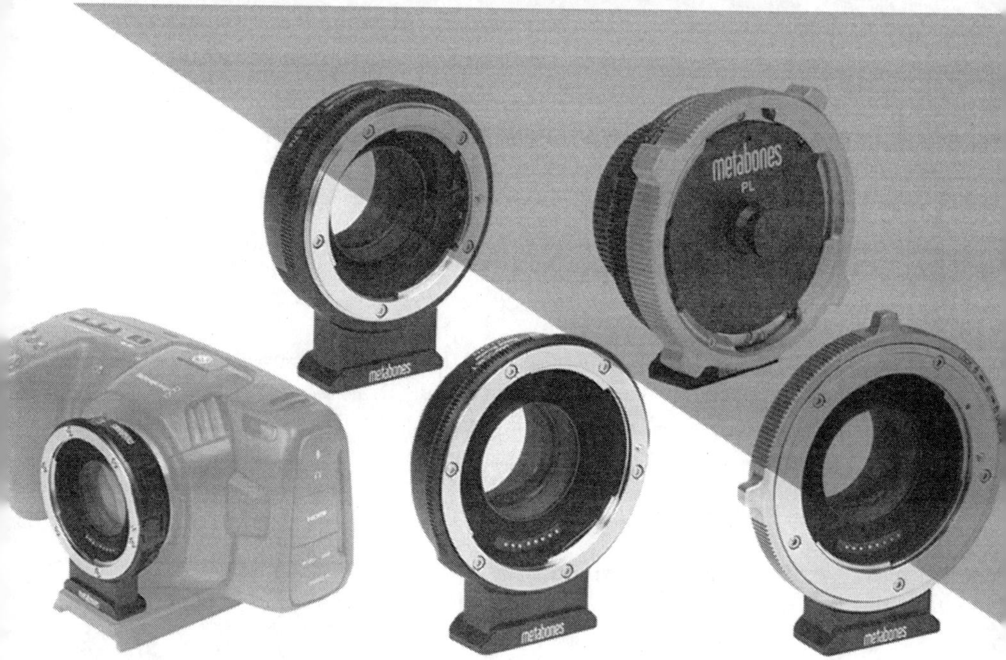

லென்ஸ் மவுண்ட்

லென்ஸை காமிராவுடன் இணைக்கப் பயன்படுகிறது லென்ஸ் மவுண்ட். இவை மெக்கானிக்கல் இணைப்பாகவும் எலக்ட்ரானிக் இணைப்பாகவும் தயாரிக்கப்படுகிறது.

சமீபகாலமாக வரும் காமிராக்களில் ஆட்டோ ஃபோகஸ் ஆட்டோ லென்ஸ் ஸ்டெபிலைஷேஷன் போன்ற தொழில்நுட்பங்களால் லென்ஸுக்கும் காமிராவுக்குமிடையே தகவல் பரிமாற்றம் தேவைப்படுவதால் எலக்ட்ரானிக் லென்ஸ் மவுண்ட்டுகள் வருகிறது.

சினிமா காமிரா லென்ஸ் மவுண்ட்டுகள்

இ.எஃப். (EF) கேனான் காமிராக்கள் மற்றும் லென்ஸ்கள் இ.எஃப். மவுண்ட்டில் தயாரிக்கப்படுகின்றன. இ.எஃப். எலக்ட்ரானிக் ஃபோகஸ் மவுண்ட் என்று அழைக்கப்படுகிறது. ஒளிப்பட லென்ஸ்கள் திரைப்பட ஆக்கத்திற்குப் பயன்படுவதால் பல்வேறு சினிமா காமிராக்களும் இ.எஃப். மவுண்ட்டில் வருகின்றன.

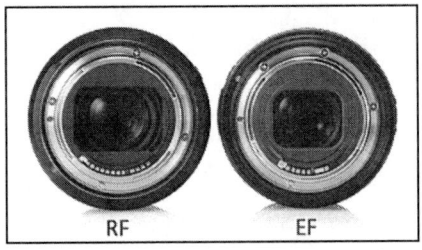

இ.எஃப். மவுண்ட் பொருத்தமான காமிராக்கள்:

- ப்ளாக் மாஜிக் அர்ஸா, ப்ளாக் மாஜிக் அர்ஸா மினி, ப்ளாக் மாஜிக் சினிமா காமிரா
- கேனான் சி500, கேனான் சி 300 மார்க் II, கேனான் சி 100, கேனான் 5டி மார்க் III, கேனான் 6 டி.
- ரெட் எபிக், ரெட் எபிக் டிராகன், ரெட் ஸ்கார்லட் டிராகன்

பி.எல். (PL) மவுண்ட்

பெரும்பாலான சினி காமிராக்கள் பி.எல். மவுண்ட்டில் தயாரிக்கப்படுகிறது. பி.எல். என்றால் பாசிடிவ் லாக் ஆகும்.

பி.எல். மவுண்ட் காமிராக்கள்:

- ஆரி அலெக்ஸா எக்ஸ்.டி. எஸ்.எக்ஸ்.டி, ஆரி அலெக்ஸா மினி ஆரி காமிரா
- அஜாசியான்
- ப்ளாக் மாஜிக் அர்ஸா, ப்ளாக் மாஜிக் அர்ஸா மினி, ப்ளாக் மாஜிக் சினிமா காமிரா

- கேனான் சி 500, கேனான் சி 700, கேனான் சி 300
- ரெட் வெப்பன், ரெட் ஜெமினி, ரெட் ஹீலியம், ரெட் மான்ஸ்ட்ரோ, ரெட் ரேஞ்சர், ரெட் எபிக் டிராகன், ரெட் எபிக்.
- சோனி எஃப் 65, சோனி வெனீஸ்
- ஃபேன்தம் 4 கே

எஃப் மவுண்ட்

நிக்கான் காமிரா மவுண்ட்டானது எஃப். இதை ஃபார்மட் எஸ்.எல். ஆர். என்று பொருள் கொள்ளலாம். சில சினிமா காமிராக்களில் நிக்கான் லென்ஸ்களை பொருத்த வேண்டி பிரபல சினிமா காமிராக்களில் பிரத்யேகமாக லென்ஸ் எஃப் மவுண்ட்டில் வருகிறது.

- நிக்கான் டி 810
- நிக்கான் டி 750
- நிக்கான் டி 7200
- ரெட் எபிக் டிராகன், ரெட் எபிக், ரெட் ஸ்கார்லட் டிராகன்

ஸ்டில் காமிரா லென்ஸ் மவுண்ட்டுகள்:

ஏ மவுண்ட்

சோனி ஆல்ஃபா தொடர் காமிராவிற்கானது சோனி ஏ 58, சோனி ஏ 65, சோனி ஏ 77 II, சோனி ஏ 97

இ மவுண்ட்

சோனி மிரர்லெஸ் காமிராவிற்கானது சோனி ஏ 7 III, சோனி ஏ 7 ஆர் III, சோனி ஏ 7 ஆர் II, சோனி ஏ 7 எஸ் II, சோனி எஃப்.எஸ். 700, சோனி எஃப்.எஸ்.100

இஸட் மவுண்ட்

புதிய நிக்கான் மிரர்லெஸ் காமிராக்களான நிக்கான் இஸட் 6 மற்றும் 7 ஆனது இஸட் மவுண்ட்.

ஆர்.எஃப். மவுண்ட்

புதிய கேனான் ஈ.ஓ.எஸ். மவுண்ட் கேனான் ஆர், கேனான் ஆர் 5, கேனான் ஆர் 6

எம் 4/3 மவுண்ட்

மைக்ரோ 4/3 மவுண்ட்டானது சூப்பர் 16 எம்.எம். சென்சாருக்குரியது ஆகும்.

- ப்ளாக் மாஜிக் சினிமா காமிரா
- ப்ளாக் மாஜிக் பாக்கெட் சினிமா காமிரா
- பேனாசானிக் லுமிக்ஸ் ஜி.ஹெச்.5
- பேனாசானிக் லுமிக்ஸ் ஜி.ஹெச் 5 எஸ்
- ஒலம்பஸ் மார்க் II

லென்ஸ் மவுண்ட் பற்றித் தெரிந்து கொள்ளும்போது அதன் விளிம்புதூரம் பற்றிய (flange distance) தகவல்களும் முக்கியமானவை.

- கேனான் இ.எஃப் - 44 எம்.எம்.
- கேனான் ஆர்.எஃப் - 20 எம்.எம்.
- நிக்கான் எஃப் - 46.5 எம்.எம்.
- கேனான் ஈஸட் - 16 எம்.எம்.
- சோனி இ - 18 எம்.எம்.
- பி.எல் - 52 எம்.எம்.
- மைக்ரோ 4/3 - 19.25 எம்.எம்.
- சோனி ஏ - 44.5 எம்.எம்.

Camera Lens Mount Charts by IB/E Optics

FDTimes has been obsessed with lens mounts lately. Thanks to IB/E Optics for the charts on these 2 pages.

Mount	Flange Focal Depth (FFD) [mm]	Inside Diameter of Mount (ID) [mm]
Fujifilm X-series	17.7	~ 43.5
Sony E-mount	18	46.1
Canon EOS M-mirrorless	18	47
Hasselblad XCD	18.3	61
Sony FZ mount (on F55/F5)	19	~ 64
MFT (Micro Four Thirds)	19.25	~ 38
Leica SL	20	51
Fujifilm GX Medium Format	26.7	~ 63
Leica M	27.8	44
Panavision SP 70 (Primo 70)	40	~66
Canon EF	44	54

Mount	Flange Focal Depth (FFD) [mm]	Inside Diameter of Mount (ID) [mm]
Nikon F	46.5	44
Leica R	47	49
Eclair CA-1 bayonet	48	46
ARRI PL	52	54
Leica S	53	~ 66.5
Panavision PV	57.15	49.5
ARRI XPL (Alexa 65)	60	72
Hasselblad H	61.63	~67.5
Mitchell BNCR	61.468	68
ARRI Maxi PL (765)	73.5	64
Hasselblad 500/200	74.9	69
B4 Mount	48	55

Issue 81-82 • Apr-Jun 2017 FILM DIGITAL TIMES 1

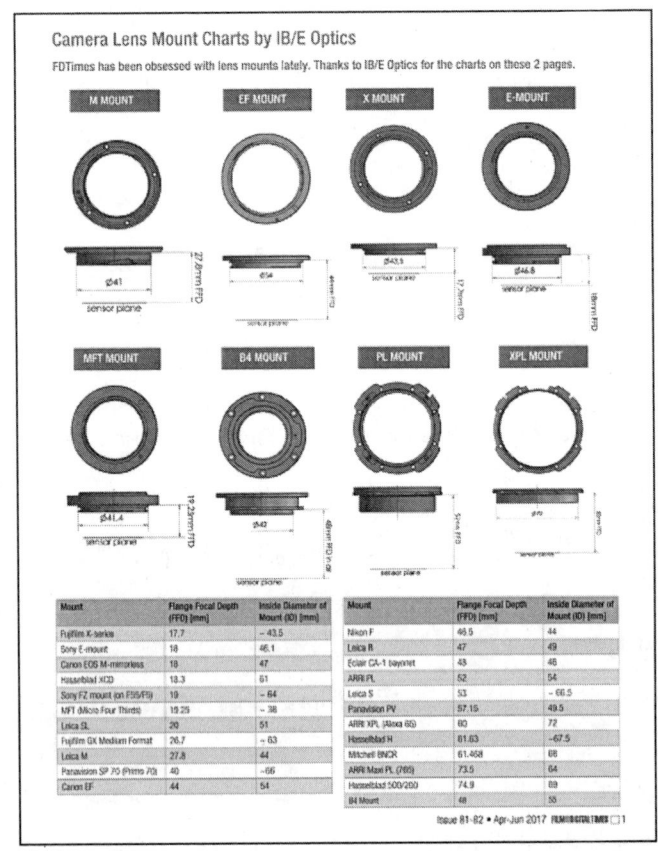

LENSMOUNT OVERVIEW SHEET
BASED ON TRANSFER PRICE LIST FEB 2017
Adimec
Pitch 31mm
Pitch 33mm
Pitch 54mm
Pitch 60mm
Convertors

*****

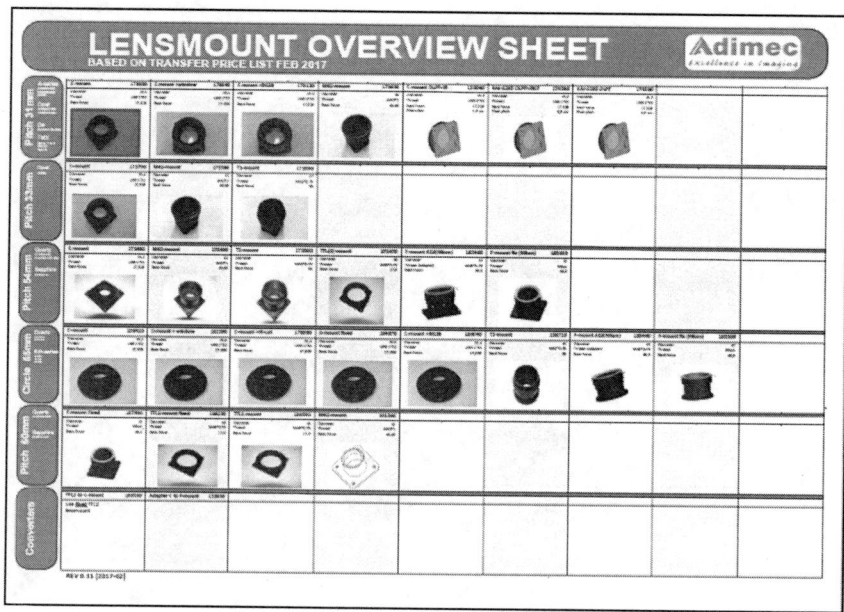

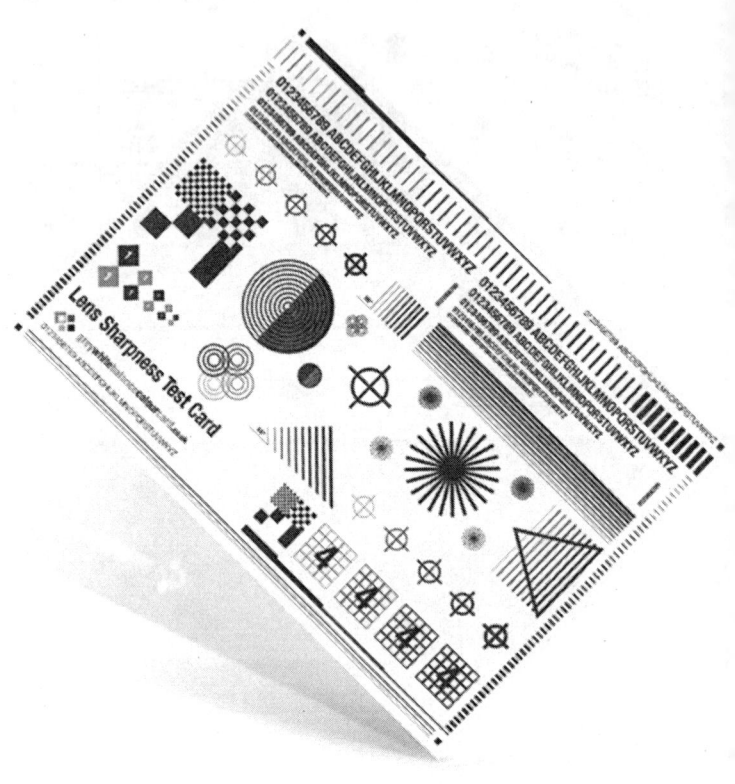

9
லென்ஸ் பரிசோதனைகள்

லென்ஸ் பரிசோதனைகள்

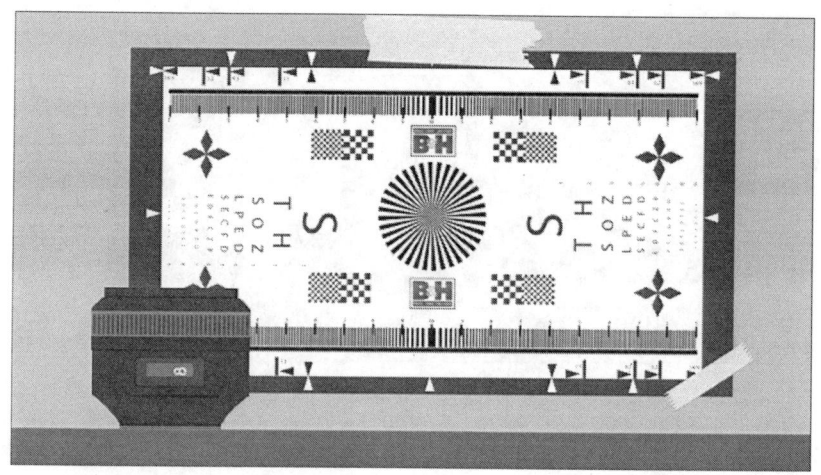

தரமான நிறுவனங்கள் தங்கள் லென்ஸ்களை பல்வேறு விதங்களில் தீவிர பரிசோதனை செய்த பின்னரே விற்பனைக்கு அளிக்கும்.

சினி லென்ஸ்களின் விலை காமிராக்களின் விலையை விட அதிகம் என்பதால் திரைப்பட ஆக்கத்திற்கு பொதுவாக வாடகைக்கே எடுத்து உபயோகப்படுத்தப்படுகிறது.

பல்வேறு சூழ்நிலைகளில் படப்பிடிப்புகள் நிகழ்வதால் லென்ஸுகளை படப்பிடிப்புக்கு முன்னர் பரிசோதனை செய்வது அவசியமாகிறது.

- துல்லியம் / ரெசல்யூஷன் (sharpness)
- நிறப்பிறழ்வு (distortion)
- படவிலகல் (colour accuracy)
- நிறத்துல்லியம் (focus)
- பட்டொளி (glare)
- லென்ஸ் சுவாசம் (lens breathing)

இவ்வனைத்திற்கும் லென்ஸ் டெஸ்ட் சார்ட்டுகள் பயன்படுத்தப்படுகின்றன.

ஒளிப்பதிவு இயக்குநர்கள் தங்களுக்கு தேவையானவற்றிற்கு ஏற்ப எளிமையான முறையில் லென்ஸ் டெஸ்ட் செய்வதே சிறந்தது.

லென்ஸ் ஃபோகஸ் சரியாக உள்ளதா என்றறிய முதலில் லென்ஸின் குறைந்த ஃபோகஸ் தூர கணக்கீட்டிற்கு ஏற்ப ஏதோ ஒரு பொருள், சார்ட் வைத்து பார்க்கவேண்டும்.

உதாரணத்திற்கு: குறிப்பிட்ட லென்ஸின் குறைந்த ஃபோகஸ் தூரம் இரண்டு அடி என்றால் சரியாக காமிராவின் சென்சார் மார்க்கிலிருந்து சப்ஜெக்டை வைத்து ஃபோகஸ் செய்து துல்லியமாக இருக்கிறதா என்று பார்க்க வேண்டும்.

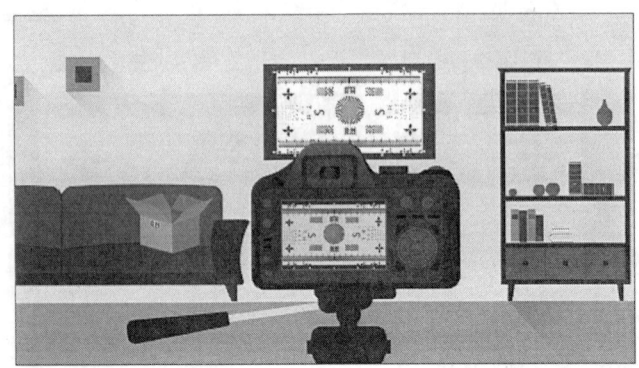

அடுத்த கட்டமாக தூர அளவை மாற்றி லென்ஸை காமிராவின் வழியாக கண்களால் ஃபோகஸ் செய்த பிறகு மெஷர்மெண்ட் டேப் வைத்து பார்க்க வேண்டும்.

உதாரணம்: டேப் மூலம் அளவிட்டு பார்க்கும் கணக்கும் லென்ஸில் உள்ள அடி கணக்குடன் ஒத்துப்போகிறதா என்று பரிசோதனை செய்ய வேண்டும்.

ஃபோகஸ் சார்ட் உபயோகிக்கும்போது ஃபிரேமில் அனைத்து பகுதிகளிலும் சீரான ஃபோகஸ் உள்ளதா என்பதையும் கண்டறிய வேண்டும்.

ஜூம் லென்ஸ்களின் பரிசோதனை மிக முக்கியமானது. அனைத்து ஃபோகல் லென்த்துகளில் ஒரு குறிப்பிட்ட சப்ஜெக்ட் மீது ஃபோகஸ் செய்து பார்க்க வேண்டும். சினி ஜூம் லென்ஸ்களில் அனைத்து ஃபோகல் லென்த்திலும் ஃபோகஸ் மாறக்கூடாது. இது பார் ஃபோகல் லென்த் (par focal length) எனப்படும்.

மேலும், சப்ஜெக்ட் அல்லது ஃபோகஸ் சார்ட் கம்போஸ் செய்து ஃபிரேமின் மையக் குறியை (center mark) ஜூம் இன் அல்லது ஜூம் அவுட் செய்யும் போது சீராக இருக்க வேண்டும். சற்றே இடது அல்லது வலது புறம் இடம் பெயரக்கூடாது.

லென்ஸை கண்களால் நன்றாகப் பரிசோதித்துப் பார்க்க வேண்டும். லென்ஸ் மவுண்ட் மற்றும் முன்புறத்தில் எங்காவது ஒடுக்கு இருக்கிறதா என்று பரிசோதித்த பிறகு ஃபோகஸ் வளைவு, அப்பர்சர் வளைவு சீராக சுற்றுகிறதா என்றும் பார்க்க வேண்டும்.

லென்ஸ் அப்பர்சர் திறப்பு குறைந்த எண் பிறகு அப்பர்சர் திறப்பு அதிக எண்ணில் படமாக்கவும் அதற்கு ஏற்ற ஒளியமைப்பை செய்து தேவையற்ற நிறப்பிறழ்ச்சி உள்ளதா என்பதை பார்க்க வேண்டும்.

பட்டொளி லென்ஸ் பரிசோதனை (flare test) செய்ய ஃபிரேமின் பக்கவாட்டிலோ அல்லது நேர் எதிர்ப்புறத்திலோ ஒளிக்கருவிகளை வைத்து அவ்வொளி லென்ஸ் மீது படரும்படி செய்ய வேண்டும். பிறகு அவ்வொளி கூசொளியாக ஃபிரேமில் ஆக்கிரமிக்கலாம். ஆனால் காண்ட்ராஸ்ட் மற்றும் சப்ஜெக்ட்டின் நிறம் மாறுதல் அடையக்கூடாது. அப்படி மாறுதலை உருவாக்கினால் லென்ஸின் மேல்பூச்சு பாதிக்கப்பட்டதாகக் கொள்ளவேண்டும்.

நிறத்துல்லியம்

ஒரு குறிப்பிட்ட லென்ஸ் மாடல் பயன்படுத்தும்போது அதனுடைய அனைத்து ஃபோகல் லென்த்துகள் உள்ள லென்ஸ்களில் சீரான நிற வெளிப்பாடு உள்ளதா என்பதை பார்க்க வேண்டும். ஒன்றுக்கு ஒன்று வெவ்வேறு நிறத்தொனி கொண்டால் அது குறைபாடே ஆகும். அதற்கு ஒரே காமிரா கொண்டு சீரான ஒளியமைப்பிலும், ஒரே எக்ஸ்போசர் வைத்து அனைத்து லென்ஸ்களை ஒன்றன்பின் ஒன்றாக கலர் சார்ட் பார்த்தவாறு பதிவு செய்து அனைத்து லென்ஸ்களிலும் ஒரே மாதிரியான நிற வெளிப்பாடு உள்ளதா என்று அறிந்து கொள்ளலாம்.

லென்ஸ் சுவாசம்

சினி லென்ஸ்களில் லென்ஸ் சுவாசம் என்ற குறைபாடு மிகக்குறைந்த விகிதத்திலேயே இருக்கும்.

ஃபோகஸை நாம் ஒரு பகுதியிலிருந்து இன்னொரு பகுதிக்கு மாற்றம் செய்யும் போது இமேஜ் சற்று விரிந்து சுருங்கும்.

இது ஏற்புடைய அளவில் உள்ளதா என்று கண்டறியும் பரிசோதனையை மேற்கொள்ள வேண்டும். அதற்கு காமிராவில் லென்ஸ் பொருத்தி இரண்டு வெவ்வேறு தூரங்களின் முன்பகுதியிலிருந்து ஃபோகஸை பின்பகுதியில் உள்ள சப்ஜெக்ட்டிற்கு மாற்றம் செய்து பார்க்க வேண்டும்.

*****

10
இமேஜ் வட்டம்
(Image circle)

இமேஜ் வட்டம் (Image circle)

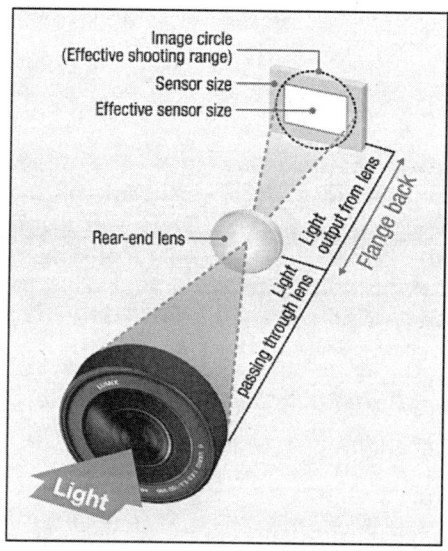

லென்ஸ் மூலம் வழிநடத்தப்படும் ஒளியானது இமேஜ் சென்சார் அல்லது இமேஜ் சமதளப் பரப்பின் மீது வட்ட வடிவில் படுகிறது. பொதுவிதிப்படி லென்ஸ் இமேஜ் வட்டம் சென்சாரை விட அளவு கூடுதலாகவே இருக்க வேண்டும் இல்லாவிட்டால் ஃபிரேமின் மூலைகளில் கருப்பு விளிம்பு உருவம் உருவாகும். இது லென்ஸ் விக்னெட்டிங் எனப்படும்.

காமிராவின் சென்சார் அளவை தீர்மானித்து அதற்கேற்ப வகைப்படுத்தியே லென்ஸ்கள் தயாரிக்கப்படுகின்றன.

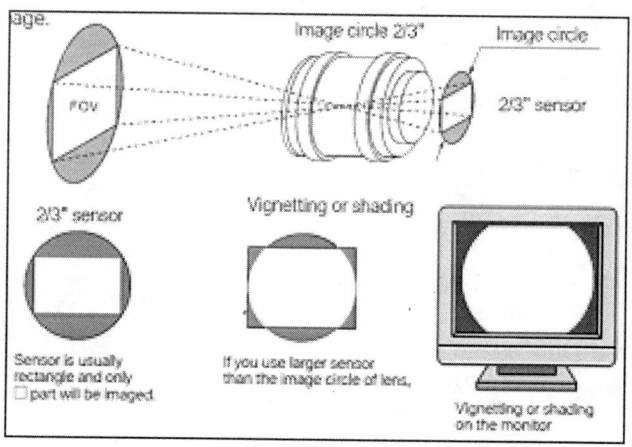

காமிராவின் சென்சார் மூலைவிட்ட அளவு லென்ஸின் இமேஜ் வட்டத்தின் அளவைவிட குறைவாகவே இருக்க வேண்டும். அதற்கு சென்சார் மற்றும் லென்ஸ்களின் இமேஜ் வட்ட அளவை தெரிந்துகொண்டு பயன்படுத்தினால் லென்ஸ் விக்னெட்டிங் வராமல் தடுக்க முடியும்.

சென்சார் மூலைவிட்ட அளவு

- ஆரி அலெக்ஸா - 27 எம்.எம்.
- ஆரி அலெக்ஸா எக்ஸ்.டி. (XT) - 27.2 எம்.எம்.
- ஆரி அலெக்ஸா எஸ். எக்ஸ்.டி. (SXT) - 27.2 எம்.எம்.
- ஆரி அலெக்ஸா எல்.எஃப் (LF) - 44.71 எம்.எம்.
- ஆரி அலெக்ஸா மினி - 33.59 எம்.எம்.
- ஆரி அலெக்ஸா மினி எல்.எஃப் - 44.71 எம்.எம்.
- ஆரி அலெக்ஸா 65 - 59.86 எம்.எம்.

மேற்குறிப்பிட்டவைகளில் ஆரி அலெக்ஸா 65 வகை காமிராவிற்கு 35 எம்.எம். லென்ஸ்கள் பொருந்தாது.

ரெட் டிஜிட்டல் காமிரா

- ரெட் ஒன் - 27.9 எம்.எம்.
- ரெட் ஸ்கார்லட் - 31.4 எம்.எம்.
- ரெட் எபிக் - 31.4 எம்.எம்.
- ரெட் டிராகன் - 34.52 எம்.எம்.
- ரெட் ஹீலியம் 8K - 33.80 எம்.எம்.
- ரெட் மான்ஸ்ட்ரோ - 46.31 எம்.எம்.
- ரெட் ரேஞ்சர் 8K - 46.31 எம்.எம்.
- ரெட் ஜெமினி 3K - 35.61 எம்.எம்.

ப்ளாக் மேஜிக் காமிரா சென்சார்

- ப்ளாக் மேஜிக் சினிமா காமிரா 2.5K - 18.1 எம்.எம்.
- ப்ளாக் மேஜிக் ப்ரொடக்ஷன் காமிரா - 24.3 எம்.எம்.
- ப்ளாக் மேஜிக் பாக்கெட் 6K காமிரா - 27.7 எம்.எம்.

சோனி காமிராக்கள்

- சோனி ஏ 7 எஸ் II - 42.82 எம்.எம்.
- சோனி சினி
  எஃப் 5
  எஃப் 55 - 25.9 எம்.எம்.
- சோனி சினி
  எஃப் 3
  எஃப் 65
  எஃப் எஸ் 100
  எஃப் எஸ் 700 - 27.1 எம்.எம்.

- சோனி வெனீஸ் 6K - 43.5 எம்.எம்.

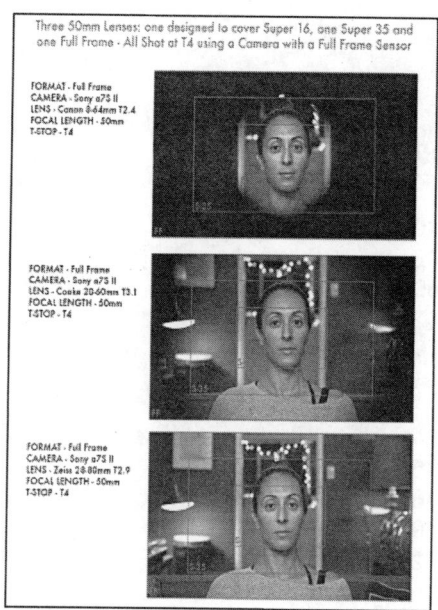

கேனான் காமிரா

- கேனான் 5டி மார்க் 3 - 43.2 எம்.எம்.
- கேனான் 1 டி சி - 33.5 எம்.எம்.
- கேனான் சி 100, சி 300 - 28.2 எம்.எம்.
- கேனான் சி 500 - 29.6 எம்.எம்.
- கேனான் சி 700 - 43.2 எம்.எம்.

லென்ஸ்களின் இமேஜ் வட்டம் மேலே குறிப்பிடப்பட்டுள்ள பல காமிராக்களின் சென்சார் மூலைவிட்ட அளவைவிட கூடுதலாக இருக்கவேண்டும்.

பிரபல லென்ஸ் ப்ராண்டுகளின் இமேஜ் வட்டம் பற்றிய தகவல்.

ஜீஸ் காம்பேக்ட் ப்ரைம் 2 லென்ஸ் (சி பி 2 லென்ஸ்)

இதில் வைட் லென்ஸ் 15 எம்.எம். - 42 எம்.எம். (இமேஜ் வட்டம்)

18, 21, 25, 28, 35, 50, 85, 100, 135 லென்ஸ்களின் இமேஜ் வட்டம் - 43 எம்.எம். ஆகும்.

காம்பேக்ட் ப்ரைம் 3 (சி பி 3 லென்ஸ்)

அனைத்து சி பி 3 ஃபோகஸ் லென்த் லென்ஸ்களின் இமேஜ் வட்டத்தின் அளவு - 43 எம்.எம்.

அல்ட்ரா ப்ரைம் லென்ஸ்கள்

- 10 எம்.எம். - 31
- 14 எம்.எம். - 31
- 16 எம்.எம். - 33
- 20 எம்.எம். - 39
- 24 எம்.எம். - 38
- 28 எம்.எம். - 40
- 32 எம்.எம். - 40
- 40 எம்.எம். - 42
- 50 எம்.எம். - 40
- 85 எம்.எம். - 42

மாஸ்டர் ப்ரைம் லென்ஸ்கள்

- 16 எம்.எம். - 34
- 25 எம்.எம். - 35
- 32 எம்.எம். - 36
- 50 எம்.எம். - 40
- 75 எம்.எம். - 42
- 100 எம்.எம். - 42

கேனான் சி.என்.இ சினி லென்ஸ்கள்

14 எம்.எம்., 24 எம்.எம்., 50 எம்.எம்., 85 எம்.எம். மற்றும் 135 எம்.எம்., போன்ற அனைத்து லென்ஸ்களின் இமேஜ் வட்டம் - 43

ரோக்கினான் சினி ப்ரைம் லென்ஸ்கள்

8 எம்.எம். 14 எம்.எம்., 24 எம்.எம்., 35 எம்.எம்., 50 எம்.எம்., 85 எம்.எம். போன்ற அனைத்து லென்ஸ்களின் இமேஜ் வட்டம் அளவு - 43 எம்.எம். ஆகும்.

கூக் லென்ஸ்

கூக் எஸ் 5 ஐ (S 5i)

- 18 எம்.எம். - 37
- 25 எம்.எம். - 37
- 32 எம்.எம். - 39
- 40 எம்.எம். - 43
- 50 எம்.எம். - 43
- 75 எம்.எம். - 43
- 100 எம்.எம். - 43
- 135 எம்.எம். - 43

கூக் லென்ஸ் 4 ஐ (S 4i)

- 18 எம்.எம். - 32
- 21 எம்.எம். - 32
- 25 எம்.எம். - 34
- 32 எம்.எம். - 34
- 35 எம்.எம். - 35
- 50 எம்.எம். - 39
- 65 எம்.எம். - 39
- 75 எம்.எம். - 43
- 100 எம்.எம். - 43

கூக் லென்ஸ் 7 ஐ (Cooke S 7i)

கூக் எஸ் 7 ஐ லென்ஸ்கள் 18, 25, 32, 40, 50, 75, 100 மற்றும் 135 அனைத்தும் 46.31 எம்.எம். இமேஜ் வட்டம் அளவு கொண்டது.

*****

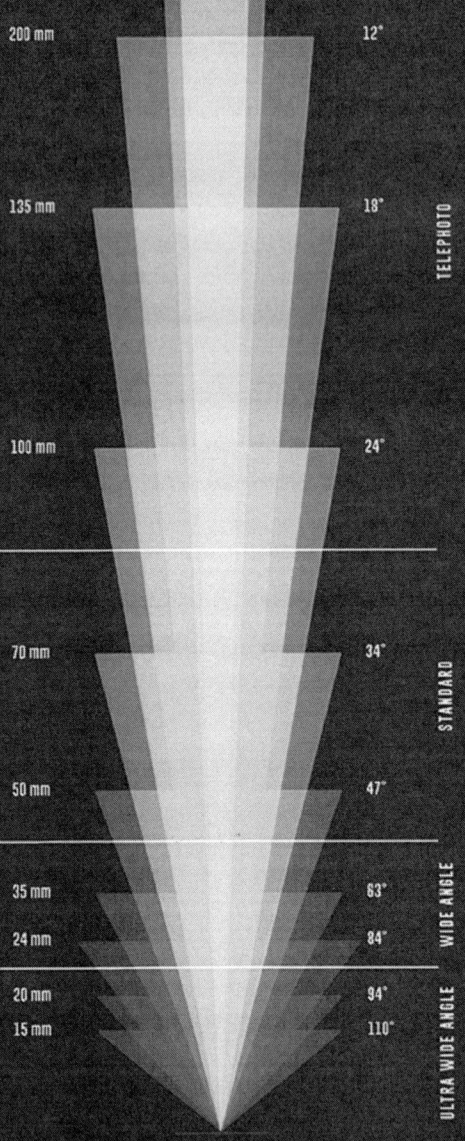

11
லென்ஸ் / பார்வை பரப்பு

லென்ஸ் / பார்வை பரப்பு

இமேஜின் பார்வை பரப்பு லென்ஸுடைய ஃபோகல் லென்த் எண் மற்றும் காமிராவுடைய இமேஜ் சென்சார் அளவும் முக்கிய பங்காற்றுகிறது.

சென்சார் அளவுகோல் கொண்டு மூன்று வகையாக அறியலாம்.
ஃபுல் ஃபிரேம் / சூப்பர் 35 எம்.எம். / மைக்ரோ 4/3.

இதில் ஃபுல் ஃபிரேம் சென்சார் லென்ஸின் முழு பரப்பை உபயோகித்துக் கொள்கிறது.

மைக்ரோ 4/3 சென்சார் கொண்ட காமிராவின் சென்சார் லென்ஸின் பார்வை பரப்பு 2x (மடங்கு) குறைகிறது.

உதாரணம் - 50 எம்.எம். கொண்ட லென்ஸ் ஃபுல் ஃபிரேம் சென்சார் 45 டிகிரி பார்வை பரப்பு இரட்டிப்பாக குறைந்து ஒரு 100 எம்.எம். லென்ஸ் போல் 24 டிகிரி கொண்டவையாக இமேஜ் தோற்றமளிக்கும்.

தற்போது சென்சாரின் அளவிற்கு ஏற்ப லென்ஸ்கள் தயாரிக்கப்படுகின்றன. அதற்கேற்றவாறே ஃபோகல் லென்த் நிர்ணயிக்கப்படுகிறது.

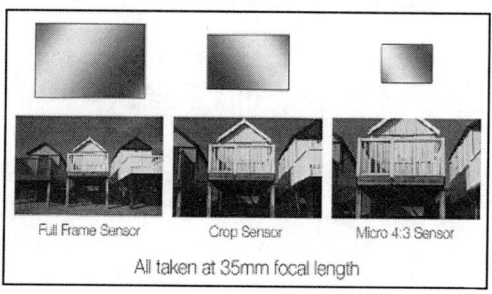

ஃபோகல் லென்த்தின் அடிப்படையில் பார்வை பரப்பு

- 14 எம்.எம். - 114 டிகிரி
- 20 எம்.எம். - 94 டிகிரி
- 24 எம்.எம். - 84 டிகிரி
- 28 எம்.எம். - 75 டிகிரி
- 35 எம்.எம். - 63 டிகிரி
- 50 எம்.எம். - 46 டிகிரி
- 70 எம்.எம். - 34 டிகிரி
- 80 எம்.எம். - 28 டிகிரி
- 100 எம்.எம். - 24 டிகிரி
- 135 எம்.எம். - 18 டிகிரி
- 200 எம்.எம். - 12 டிகிரி
- 300 எம்.எம். - 8 டிகிரி
- 400 எம்.எம். - 6 டிகிரி
- 500 எம்.எம். - 5 டிகிரி
- 600 எம்.எம். - 4 டிகிரி

ஃபிரேமில் இமேஜ் அளவு மனிதனின் கண்பார்வை அடிப்படையில் உள்ளதால் 50 எம்.எம். ஃபோகல் லென்த் கொண்ட லென்ஸ் நார்மல் லென்ஸ் எனப்படுகிறது.

லென்ஸின் ஃபோகல் லென்த் கூடும்போது பார்வை பரப்பு குறைகிறது. ஃபிரேமில் இமேஜின் அளவும் பெரிதாகத் தெரிகிறது.

ஃபோகல் லென்த் குறையக்குறைய பார்வைப்பரப்பு விரிகிறது. ஃபிரேமில் இமேஜின் அளவானது சிறிதாகி விடுகிறது. குறிப்பாக, சப்ஜெக்ட் பின்னணியில் உள்ளவை.

ஐம்பது எம்.எம்.க்கு மேல் கூடுதல் ஃபோகல் லென்த் எண் கொண்ட லென்ஸ்கள் படிப்படியாக டெலி லென்ஸாக வகைப்படுத்தப்படுகின்றன.

ஐம்பது எம்.எம்.க்கும் குறைந்த ஃபோகல் லென்த் எண் கொண்டவைகளே வைட் லென்ஸ் ஆகும்.

வைட் லென்ஸ் பயன்படுத்தும்போது பார்வைப்பரப்பு விரிவதால் குறைந்த காமிரா இடைவெளியில் அகன்ற பரப்பை படமாக்க முடியும். ஃபிரேமில் லென்ஸ் பயன்படுத்தும்போது அருகில் உள்ள சப்ஜெக்ட் சற்று பெரிதாகவும் பின்னணியில் உள்ளவை சிறிதாகவும் தோற்றம் அளிப்பதோடு இயல்பை விட பின்னணியில் உள்ளவை சற்று தள்ளி இருப்பது போல் வடிவம் பெறும்.

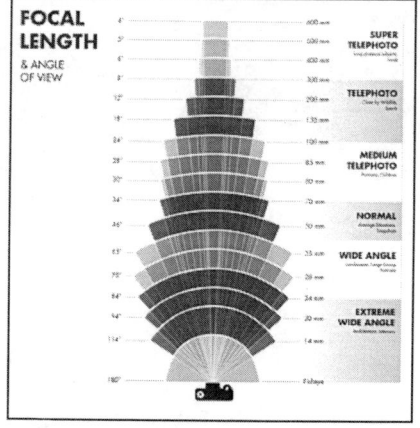

டெலி லென்ஸ் பயன்படுத்தும்போது பார்வை பரப்பு குறையும். இமேஜின் அளவு கூடுகிறது. சப்ஜெக்ட் பின்னணியில் உள்ளவை இயல்பை விட நெருங்கி வருவதுபோல தோற்றம் அளிக்கும்.

*****

12
லென்ஸ் - டெப்த் ஆஃப் ஃபீல்ட்

லென்ஸ் - டெப்த் ஆஃப் ஃபீல்ட்

திரைப்பட ஆக்கத்தில் ஒளிப்பதிவாளர்களுக்கு லென்ஸ், ஒளியமைப்பு, நிறம், காமிரா நகர்வுகளை எப்படி கையாள்கிறார்கள் என்பதை பொறுத்தே அத்திரைப்படத்தின் அழகியலும் திரைமொழியும் உருவாகும்.

லென்ஸ் பயன்பாட்டில் மிக முக்கியமானது டெப்த் ஆஃப் ஃபீல்டை எப்படி கட்டுப்படுத்துவது என்பதுதான்.

ஃபிரேமில் நாம் ஃபோகஸ் செய்துள்ள சப்ஜெக்ட் முன்னர் மற்றும் பின்னணியில் உள்ள துல்லியத்தை டெப்த் ஆஃப் ஃபீல்டாக அறியப்படுகிறது.

டெப்த் ஆஃப் ஃபீல்ட்டை நிர்ணயிப்பது

- தூரம்
- அப்பர்சர் திறப்பு
- ஃபோகல் லென்த்
- சென்சார் அளவு

குறைந்த டெப்த் ஆஃப் ஃபீல்டைப் பெற

- காமிரா சப்ஜெக்டுக்கான தூரம் குறைய அல்லது காமிரா சப்ஜெக்ட் அருகில் செல்லச்செல்ல டெப்த் குறைகிறது.
- அப்பர்சர் எண் குறையும் போதும் டெப்த் குறைகிறது.
- லென்ஸ் ஃபோகல் லென்த் அதிகமாகும் போது அதாவது டெலி லென்ஸ் உபயோகிக்கும் போதும் டெப்த் குறைந்து கொண்டே வருகிறது.

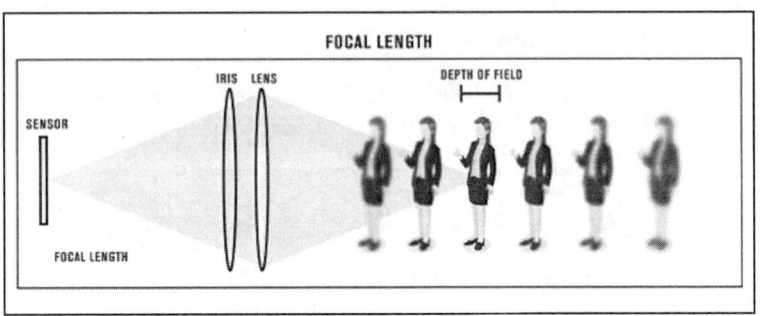

அதிகமான டெப்த் ஆஃப் ஃபீல்ட் உருவாக்க

- காமிராவுக்கும் சப்ஜெக்ட்டுக்குமான இடைவெளி அதிகமாக வேண்டும்.
- அப்பர்சர் எண் அதிகரிக்கும்போது டெப்த்தும் கூடிக்கொண்டே செல்கிறது.
- லென்ஸ் ஃபோகல் லென்த் குறையும்போது வைட் லென்ஸ் பயன்படுத்தும்போது ஃபிரேமில் டெப்த் அதிகரிக்கிறது.
- சென்சாரின் அளவு சிறிதாகும்போது டெப்த் கூடுகிறது. அதனால்தான் செல்ஃபோன் மூலம் பதிவுசெய்யும் போது ஃபோகஸ் செய்யாமலே அனைத்துப் பகுதிகளும் துல்லியமாகப் பதிவாகிறது. ஏனென்றால் செல்ஃபோனில் உள்ள சென்சார் அளவு மிகச்சிறியதாக இருப்பதால் மட்டுமே ஆகும்.

கலாபூர்வமாக ஒளிப்பதிவை அணுகும்போது ஃபிரேமில் அனைத்துப் பகுதிகளிலும் ஒரே மாதிரி டெப்த் அல்லது ஃபோகஸ் இருந்தால் முப்பரிமாணத் தோற்றத்தை அளிக்காது ஃபிரேமில் டெப்த் அல்லது ஃபோகஸ் பல்வேறு அடுக்குகளாக மாறுதல்களைப் பெறும்போதுதான் முப்பரிமாணத் தோற்றம் கிடைக்கும்.

THE TELEPHOTO LENS COMPRESSES THE FOREGROUND AND BACKGROUND

ஒளிப்பதிவாளர் காட்சிகளின் தன்மைக்கு ஏற்றவாறு டெப்த் மாற்றியமைக்கும்போதுதான் பார்வையாளர்களின் கவனத்தை விஷுவல் ரிதத்திற்கு ஏற்றவாறு பயணிக்க உதவும்.

குறைந்த டெப்த் ஆஃப் ஃபீல்ட் (shallow depth of field) ப்ரேமில் உபயோகிக்கும்போது ஒரு குறிப்பிட்ட பகுதி மீது பார்வையாளர்களின் கவனத்தை திருப்புகிறது ஏனென்றால் ஒளிப்பதிவாளர் ஃபோகஸ் செய்த பகுதியைத் தவிர பின்னணியில் உள்ளவை மங்கலாகத் தெரிவதால் ஃபோகஸ் செய்த கதாபாத்திரத்தின் முகமோ அல்லது பொருளோ துல்லியமாகவும் தெரிவதோடு முழு கவனமும் பார்வையாளர்களை ஒரு குறிப்பிட்ட பகுதிக்கு செலுத்த ஒளிப்பதிவாளரால் முடியும்.

டீப் ஃபோகஸ் (deep focus) ஃபிரேமில் அனைத்துப் பகுதிகளும் ஃபோகஸில் இருப்பது அதிகமான டெப்த் ஆஃப் ஃபீல்ட் ஆகும்.

டீப் ஃபோகஸ் (deep focus) என்று அழைக்கப்படும் அதிக டெப்த் ஆஃப் ஃபீல்ட் முறையை மிகவும் கவனமாகக் கையாள வேண்டும். 1950களில் சிட்டிசன்கேன் திரைப்படம் அனைத்துக் காட்சிகளிலும் டீப் ஃபோகஸ் முறையைப் பின்பற்றியது.. ஃபிரேமில் நீண்ட எண்ணிக்கையில் கதாபாத்திரங்கள் இருக்கும்போது உபயோகித்தால் சிறப்பாக இருக்கும்.

உதாரணமாக, பாகுபலி போன்ற திரைப்படங்களில் போர்க் காட்சியின்போது பல்லாயிரக்கணக்கான வீரர்களை ஃபிரேமில் அதிகமான டெப்த்தில் பார்க்கும்போதுதான் பிரமாண்டத்தை உணர முடியும்.

செலக்ட்டிவ் டெப்த் ஆஃப் ஃபீல்ட்

Screengrab from "Memories of Murder" (2003) Directed by Bong Joon-Ho

ஃபிரேமில் ஃபோகஸ் பகுதி மத்திமமாக இருப்பது. ஃபோகஸில் இருக்கும் பகுதிக்கு முன்னரும் பின்னரும் படிப்படியாக டெப்த் குறைவது முப்பரிமாண தோற்றத்தை அளிக்கிறது.

இதன் மூலம் கதாபாத்திரம், அதன் பின்னணி, தேவையான அளவிற்கு ஃபோகஸ் பெறுவதால் பெரும்பாலான திரைப்படக் காட்சிகள் செலக்ட்டிவ் டெப்த் ஆஃப் ஃபீல்ட் முறையிலேயே படமாக்கப்படுகிறது.

*****

13
லென்ஸ் மற்றும் ஒளியமைப்பு

லென்ஸ் மற்றும் ஒளியமைப்பு

லென்ஸ் பற்றி வகைப்படுத்தும்போது ஹை ஸ்பீட் லென்ஸ் என்று சொல்லப்படுவதுண்டு. ஒளியை அதிகமாகச் செலுத்தும் தொழில்நுட்பத்தைக் குறிக்கிறது. அப்பர்சர் எண் குறையக்குறைய லென்ஸிலிருந்து அதிக ஒளி சென்சாருக்கு செல்கிறது. பொதுவாக அப்பர்சர் திறப்பு எண் 2.8 மற்றும் அதற்குக் குறைவான எண் கொண்ட லென்ஸ்களை ஹை ஸ்பீட் என்று வகைப்படுத்தப்படுகிறது.

குறைந்த அப்பர்சர் எண் கொண்ட லென்ஸ்களின் விலையும் கூடுகிறது.

லோ கீ (low key) ஒளியமைப்பை உருவாக்கும் போது ஃபிரேமில் பெரும்பகுதி நிழல் அல்லது இருள் படிந்தவையாக இருக்கும். குறைந்த அப்பர்சர் எண் பயன்படுத்தும்போது இருண்ட பகுதியிலும் மெல்லிய காட்சி விவரங்களை பெற முடியும்.

காட்சியில் காமிரா நகர்வுகளோ அல்லது கதாபாத்திரங்களின் நகர்வுகளோ அதிகம் இருந்தால் லென்ஸில் அப்பர்சர் எண் சற்று கூடுதலாக வைத்து அதற்கேற்றாற் போல ஒளியமைப்பு செய்வது உகந்ததாகும்.

அப்பர்சர் எண் கூடுவதால் டெப்த்தும் கூடுகிறது. அதனால் காமிரா நகர்வுகளுக்கும் கதாபாத்திரங்களில் நகர்வுக்கு ஏற்றாற்போல ஃபோகஸ் மாறுதல் செய்யும்போது எந்த அவுட் ஆஃப் ஃபோகஸ் பிரச்னைகளும் உருவாகாது.

காட்சிகளுக்கு ஒளியமைக்கும் பணியினை செய்ய பல்வேறு விஷயங்களை ஒளிப்பதிவாளர் கவனத்தில் கொண்டு செயல்பட வேண்டும். காட்சியின் தன்மைக்கு ஏற்றவாறே ஒளியமைக்கும் உத்தியைக் கையாளவேண்டும் என்றாலும் அதற்கு ஏற்றவாறு ஒளிக்கருவிகள் மற்றும் லென்ஸ்கள் உள்ளனவா என்பதையும் கவனத்தில் கொள்ளவேண்டும்.

சில சமயங்களில் போதுமான ஒளிக்கருவிகள் இல்லாமல் போகும்போது லென்ஸ், ஃபோகல் லென்த் ஆகியவற்றை கவனமாக தேர்வு செய்து ஃபிரேமின் பார்வைப்பரப்பைக் குறைக்கலாம். அப்போது ஒளிக்கருவிகளை சரியான இடத்தில் வைத்து லைட்டிங் செய்து விஷுவல் அழகியலை உருவாக்கலாம்.

பிரபல ஹாலிவுட் இயக்குநர் ஸ்டான்லி குப்ரிக் 1970களில் பேரி லிண்டன் என்ற திரைப்படத்தை எந்த ஒளிக்கருவிகளும் இல்லாமல் முற்றிலும் இயல்பான ஒளியமைப்பிலேயே உருவாக்கினார்.

அரண்மனையின் உட்புறக் காட்சிகளுக்கு மெழுகுவர்த்தி ஒளியை உபயோகிக்க நாசா விஞ்ஞான தளத்தில் 0.7 அப்பர்சர் திறப்பு கொண்ட லென்ஸை உருவாக்கி ஒளிப்பதிவு செய்தார் ஜான் ஆல்காட்.

உலகின் சூப்பர் ஹை ஸ்பீட் லென்ஸான 0.7 அப்பர்சர் திறப்பு கொண்டவையில் மெல்லிய ஒளியை வைத்துப் படமாக்குவதற்கு வசதியாக இருந்தாலும் ஃபோகஸ் செய்வது மிகவும் கடினம்.

அதனால் பேரி லிண்டன் திரைப்படத்தின் நடிப்புக் கலைஞர்கள் ஃபோகஸ் ஆபரேட்டர்கள் சில வாரங்கள் பயிற்சியில் ஈடுபட்ட பிறகே படப்பிடிப்பு நடத்தப்பட்டது.

ஒரு காட்சிக்கான ஒளியமைப்பை நிர்ணயம் செய்த பிறகு ஒளியானது அக்காட்சி பரப்பிற்கானது. ஒளிக்கருவிகளிலிருந்து ஒளிக்கசிவு ஏற்பட்டு லென்ஸ் மீது படக்கூடாது. அதற்கு கருப்புத் துணி அல்லது ஃப்ளாக் (flag) மூலம் லென்ஸில் படாதவாறு தடுக்க வேண்டும்.

தேவையற்ற ஒளி லென்ஸில் படும்போது நிறம் மற்றும் காண்ட்ராஸ்ட்டில் மாறுதல் ஏற்படும்.

மேடை நிகழ்ச்சிகளில் பயன்படுத்தப்படும் லேசர் ஒளிவிளக்குகளை கவனமாக நிலைப்படுத்த வேண்டும். லேசர் ஒளி நேரடியாக லென்ஸ் மீது படக்கூடாது. லேசர் விளக்குகளிலிருந்து வெளிப்படும் ஒளியானது காமிராவின் சென்சார் மற்றும் லென்ஸின் மேல்பூச்சை வெகுவாக பாதிக்கிறது.

Laser light destroy sensor on Red Epic

Laser light destroy sensor on Red Epic

*****

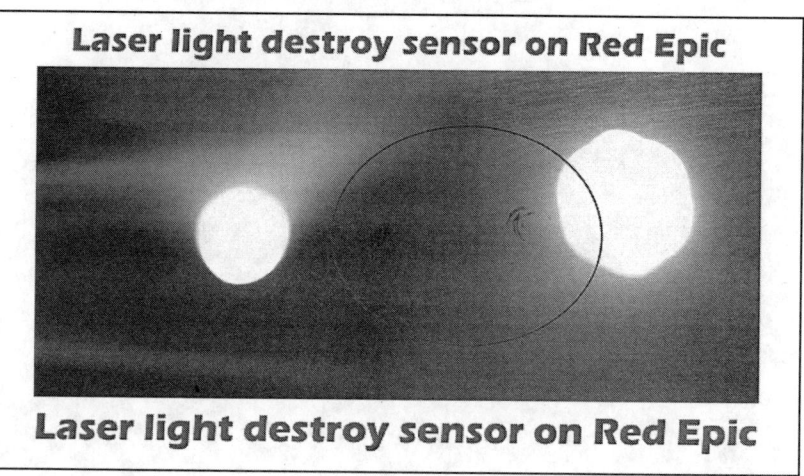

14
காமிரா நகர்வுகளும் லென்ஸ்களும்

காமிரா நகர்வுகளும் லென்ஸ்களும்

ஒளிப்பதிவு தொழில்நுட்பத்தில் மிகவும் முக்கியமானது காமிரா நகர்வுகள். அதை காட்சியின் தன்மைக்கு ஏற்றவாறு வடிவமைப்பது ஒளிப்பதிவாளரின் கலாப்பூர்வமான பணியாகும்.

காமிரா நகர்வுக்கு பல்வேறு விதமான உத்திகளைப் பயன்படுத்தலாம். அதற்கு டிராலி, க்ரேன், ஸ்டெடிகேம், கிம்பல், டிரோன், கையில் காமிரா வைத்து இயக்குவது இப்படியான சாதனங்களை உபயோகிக்கும்போது லென்ஸ் தேர்வுகளையும் கவனமாக கையாள வேண்டும்.

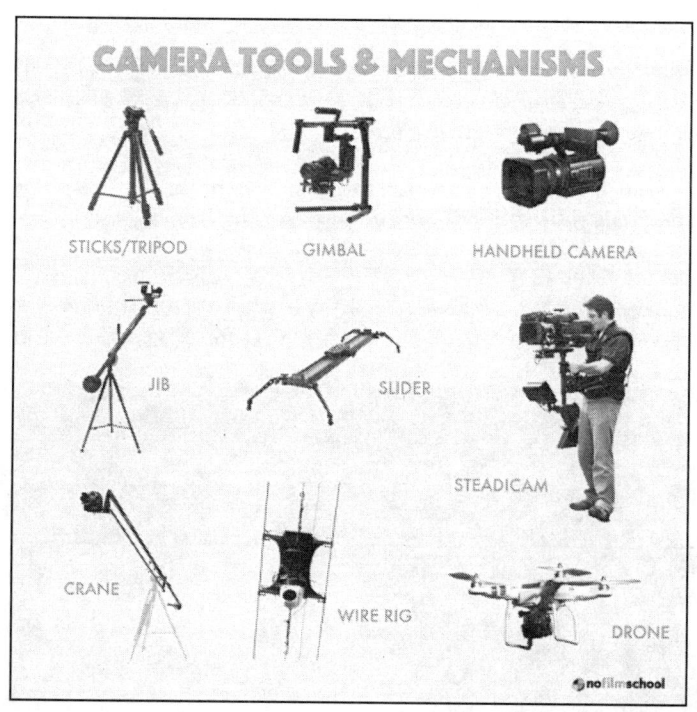

ட்ரோன் மற்றும் கிம்பல்களில் படமாக்கும் போது எடைகுறைந்த காமிராவை பயன்படுத்துவார்கள். காமிராவுடன் எடை குறைந்த லென்ஸ்களும் பயன்படுத்த வேண்டும். சினி லென்ஸ்களில் சிறிய அளவுடன் கூடிய எடைகுறைந்த லென்ஸ்களும் உள்ளன. குறிப்பாக சொல்லவேண்டும் என்றால் சிபி.2, சிபி.3 லென்ஸ்களைப் பயன்படுத்தலாம்.

காமிராவை கையில் வைத்து இயக்கும்போது வைட் லென்ஸ் பயன்படுத்துவது சிறப்பு. அதற்குக் காரணம் ஹேண்ட் ஹெல்ட் முறை காமிரா நகர்வுகளில் இயல்பாகவே ஃபிரேமில் அதிர்வுகள் ஏற்படும். வைட் லென்ஸ் பயன்படுத்தும்போது அதிர்வுகள் குறைவாகத் தெரியும். ஆனால் டெலி லென்ஸ் பயன்படுத்தும்போது சிறிய அதிர்வுகூட பெரிதாக ஃபிரேமில் தெரியும்.

கடினமான காமிரா நகர்வுகள் அமைக்கும்போது ஃபோகஸ் மிகவும் முக்கியம். குறிப்பாக, டெலி லென்ஸ் உபயோகிக்கும்போது அதிக எண் கொண்ட அப்பர்சர் லென்ஸில் வைத்தால் நல்ல டெப்த் கிடைக்கும். அது ஃபோகஸ் மாற்றத்திற்கு உதவும்.

ட்ராலி, க்ரேன் ஆகியன கட்டுக்கோப்பான காமிரா நகர்வுகளாகும். இதற்கு எந்த லென்ஸையும் பயன்படுத்தலாம்.

வைட் லென்ஸ் காமிரா நகர்வுகளுக்கு நன்றாக இருந்தாலும் காமிரா நகர்வின்போது ஃபிரேமில் டிராலியின் தண்டவாளம், ஒளிக்கருவிகள் ஆகியன வராமல் பார்த்துக்கொள்ள வேண்டும்.

காமிராவை ஸ்டேண்டில் நிலைக்கவைத்து பான் ஷாட் நகர்விற்கு வைட் லென்ஸ் பயன்படுத்தினால் பனோரமிக் இஃபெக்ட் ஏற்படுத்தும்.

டெலி லென்ஸ் கொண்டு காமிராவை வேகமாக பான் செய்தால் தெளிவற்ற கோடுகளாக உருவாகும். இதை ஒரு ஷாட்டிலிருந்து இன்னொரு ஷாட்டிற்கு செல்ல அழகியல் மாற்றம் ஏற்படுத்துவதற்கு உதவும். இது விப்பான் எனப்படும்.

லென்ஸ் மூலமாகவும் நகர்வுகளை ஏற்படுத்த முடியும். அதற்கு ஜூம் லென்ஸ் பயன்படுத்தப்படுகிறது.

ஜூம் லென்ஸ் கட்டமைப்புகளில் நகரும் பாகங்கள் கொண்ட லென்ஸ் கூறுகள் உள்ளதால் பல்வேறு ஃபோகல் லென்த்துகள் உள்ளடக்கவும் முடிகிறது.

ஜூம் லென்ஸ்களில் அப்பர்சர், ஃபோகஸ் வளைவுகளோடு ஃபோகல் லென்திற்கும் வளைவு இருக்கிறது. அதை திரும்பும்போது ஃபோகல் லென்த்களில் மாறுதல் அடைகிறது. அந்த மாறுதல் தான் ஓர் ஆப்ட்டிகல் காமிரா நகர்வை ஃபிரேமில் உருவாக்குகிறது.

ஜூம் மூலம் உருவாக்கப்படும் நகர்வுகள் டிராலி போல சீராக இருக்காது. காரணம் ஜூம் நகர்வுகள் என்பது ஃபோகல் லென்த்துகளில் ஏற்படும் மாறுதலால் உருவாகிறது. ஜூம் ஒரு வைட் ஃபிரேமிலிருந்து அப்படியே ஜூம் இன் செய்யும் போது க்ளோசப்பிற்கு ஃபிரேமில் செல்கிறது.

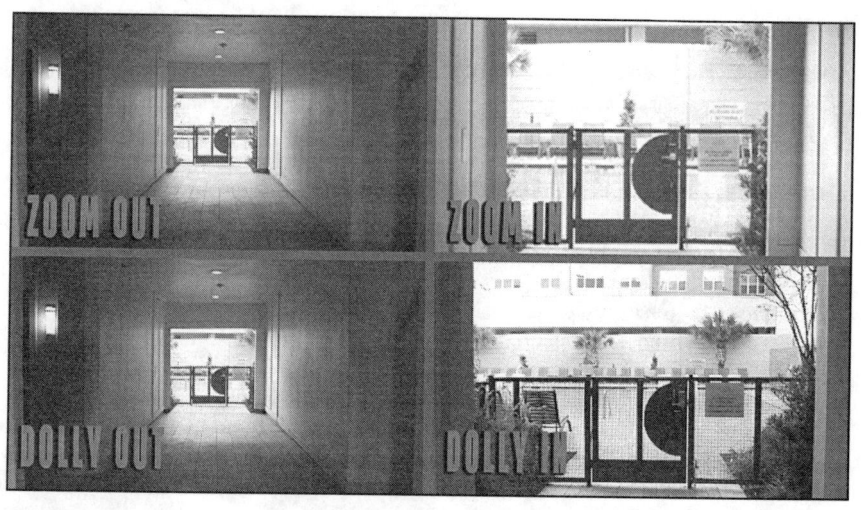

காமிரா நகராமல் ஃபோகல் லென்த் மாறுதலால் உருவாகும் இந்த நகர்வில் பார்வைபரப்பு வேறுபடுகிறது. அதனால் சீரற்ற நகர்வை உருவாக்குகிறது.

ஜூம் ஆப்ட்டிகல் நகர்வுகள் மிகவும் பயன்தரக்கூடியவை. சில இடங்களில் டிராலி அமைக்க முடியாது அல்லது டிராலி அமைக்க நேரமில்லாமல் போகும்போது ஜூம் மூலம் நகர்வுகள் உருவாக்குவது மிகவும் எளிது. அனுபவம் வாய்ந்த ஒளிப்பதிவாளர்கள் ஜூம் ஆப்பரேட் செய்யும்போது சீராக ஜூம் வளைவுகளை செலுத்தினால் சீரான நகர்வுகளை உருவாக்க முடியும்.

ஜூம் மூலம் கலாப்பூர்வமான காம்போசிஷனைப் பெறமுடியும். ஒளிப்பதிவாளர் B.கண்ணன் தான் பணியாற்றிய திரைப்படங்களில் பெரும்பாலும் ஜூம் மூலமே நகர்வுகளை உருவாக்கினார்.

ஜூம் நகர்வுகள் பல வகைகளில் கையாளப்படுவதுண்டு.

- சமச்சீர்
- வேகமான
- வெர்டிகோ

வைட் ஷாட்டிலிருந்து க்ளோசப்பாகவோ அதாவது ஜூம் இன் முறையில் ஓர் இலக்கை நோக்கி செலுத்தும்போது ஜூம் வளையத்தை மெதுவாக நகர்த்தினால் சமச்சீரான நகர்வுகளை உருவாக்கலாம். சில சமயம் டிராலி நகர்வைப்போல இருக்கும். இதே உத்தியை எதிர்மறையாக ஜூம் அவுட்டிலும் பெறலாம்.

ஜூம் வளையத்தை வேகமாக ஜூம் இன், ஜூம் அவுட்டாக ஆப்பரேட் செய்யும்போது ஃபிரேமில் ஆச்சர்யம், திடீர் உணர்வு, சஸ்பென்ஸை உருவாக்கலாம். பிரபல இயக்குநர் க்விண்டின் டொராண்ட்டினோ தனது திரைப்படங்களில் விஷுவல் மொழியாகவே காட்சிகளில் எதிர்பாராத தருணத்தில் வேகமாக ஜூம் இன் - ஜூம் அவுட் உத்திகளை பயன்படுத்துவார்.

ஒளிப்பதிவாளர்கள் சில காட்சிகளுக்கு நீண்ட தொடர் நகர்வுகளை உருவாக்க டிராலி அல்லது கிரேன் நகர்வுகளுடன் காமிரா ஜூம் லென்ஸிலும் நகர்வுகளை சேர்ந்தே உருவாக்குவார்கள்.

காமிராவில் ஜூம் மூலம் குறிப்பிட்ட ஃபோகல் லென்த் வைத்து டிராலியில் சீராக நகர்த்தி அப்படியே ஜூம் வளைவுகள் மூலம் தொடர்ச்சியாக ஆப்ட்டிகல் நகர்வுகளைத் தொடர்வர்.

அதற்கு காரணம் நீண்ட தொடர் நகர்வுகள் சில காட்சிகளுக்கு தேவைப்படும். ஆனால் அதற்கு ஏற்றவாறு நீளமான டிராக்குகள் அமைக்க முடியாத பட்சத்தில் ஒரு குறிப்பிட்ட இலக்குவரை டிராலி அமைத்து காமிராவை நகர்த்தி பிறகு அப்படியே ஜூம் மூலம் நகர்வுகளைத் தொடரலாம்.

1970களில் ஆல்ஃப்ரட் ஹிட்ச்காக் இயக்கிய சஸ்பென்ஸ் த்ரில்லர் படமான வெர்டிகோவில் கதாநாயகன் உயரமான பகுதியிலிருந்து கீழே பார்க்கும்போது தலைச்சுற்றல் உணர்வு வருவதை விஷுவலாக பார்வையாளர்களுக்குக் காண்பிக்க ஒரு புதிய உத்தியை உருவாக்கினார். காமிரா முன்னோக்கி நகரும் அதே வேளையில் ஜூம் மூலம் ஜூம் அவுட் செய்வது காமிரா பின்னோக்கி நகரும்போது ஜூம் இன் செய்வது இப்படியான உத்தியை கையாளும் போது வித்தியாசமான நகர்வை உண்டாக்கியது. கதாபாத்திரம் ஃபிரேமில் ஒரே அளவில் இருக்கும். ஆனால் ஃபிரேமின் முன்பகுதி மற்றும் பின்பகுதி விரிந்து சுருங்கும்.

வெர்டிகோ நகர்வை உருவாக்கியவர் பேராமவுண்ட் திரைப்பட நிறுவனத்தின் இரண்டாம் நிலை ஒளிப்பதிவாளரான இர்மின் ராபர்ட்ஸ். இந்த உத்தி பல்வேறு திரைப்படங்களில் இன்றுவரை பயன்படுத்தப்படுகிறது.

வெர்டிகோ உத்தியை உருவாக்கும் விதத்தில் நுட்பமானவை டிராலி நகர்வும் ஜூம் நகர்வின் வேகமும் ஒன்று படவேண்டும். நீண்ட டிராலி மற்றும் ஜூம் பயன்படுத்தினால் இதன் இஃபெக்ட் சிறப்பாக இருக்கும்.

அதிகம் பயன்படுத்தப்படும் சினி ஜூம் லென்ஸ்கள்

- ஆரி அலுரா - 45 - 250 எம்.எம்.
- ஆப்டிமா - 24 - 290 எம்.எம்.
- ஹெச். ஆர் - 25 - 250 எம்.எம்
- ஃபியூஜினான் ஃப்ரேமிஸ்டா - 28-100 / 80 - 250 எம்.எம்.
- ஜீஸ் காம்பேக்ட் - 15-30 / 28-80 / 70 - 200 எம்.எம்.

*****

15
ஃபோகல் லென்த் : இயக்குநர்கள்/ ஒளிப்பதிவாளர்கள்

ஃபோகல் லென்த் : இயக்குநர்கள் / ஒளிப்பதிவாளர்கள்

ஒளிப்பதிவாளருக்கு லென்ஸின் ஃபோகல் லென்த் கொண்டு தூரத்தின் அடிப்படையில் இமேஜின் அளவு ஃபிரேமில் எவ்வாறு அமையும் என்று தீர்மானிக்கும் நுட்பம் மிக அவசியமாகிறது.

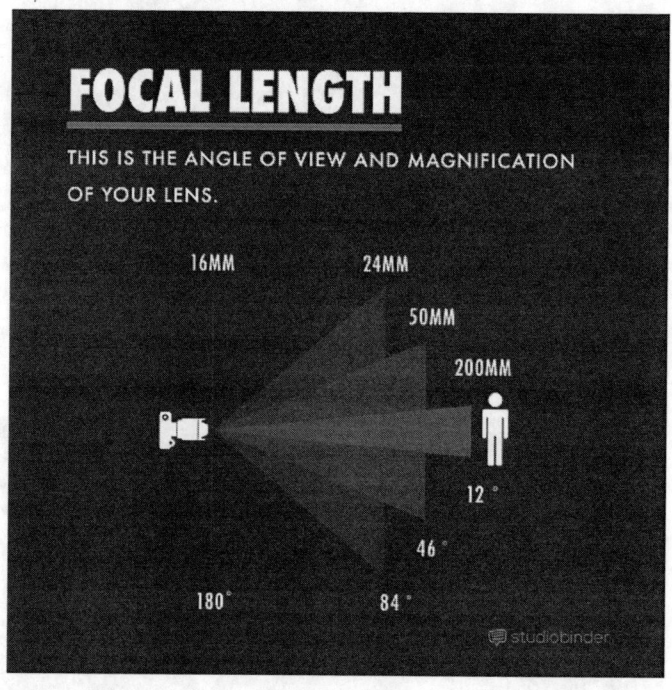

அப்போதுதான் காட்சியைப் படமாக்கும்போது காமிராவின் தூரம், எந்த லென்ஸை தேர்வு செய்யவேண்டும் என்ற பணி எளிதாகிவிடும்.

பல அனுபவம் வாய்ந்த ஒளிப்பதிவாளர்கள் திரைக்கதை முழுவதும் அறிந்த பின்னர் படப்பிடிப்புக்கு செல்லும் முன்னரே இயக்குநரிடம் ஷாட்டுகளை பிரித்து எந்த லென்ஸை பயன்படுத்தலாம் என்பதை ஃபோகல் லென்த் அடிப்படையில் தீர்மானித்து விடுவார்கள். அத்திறன் குறிப்பிட்ட லென்ஸ் பயன்படுத்தும்போது பார்வை பரப்பும், இமேஜ் அளவு பற்றிய அறிதல்தான் முக்கிய காரணம் ஆகும்.

பெரும்பாலான ஹாலிவுட் இயக்குநர்கள் திரைப்படத்தில் வைட் லென்ஸை அதிகம் பயன்படுத்துவதை விரும்புகிறார்கள். அகன்ற பரப்பும், குறைந்த தூரத்தில் அதிகமான விவரங்கள் ஃபிரேமில் பதிவு செய்யக்கூடிய சாத்தியமுமே அதற்கு முக்கிய காரணங்கள் ஆகும்.

இயக்குநர் ரோமன் போலன்ஸ்கி தனது ரோஸ்மேரி பேபி திரைப்படத்தில் 25 எம்.எம். லென்ஸை அதிகம் பயன்படுத்தினார்.

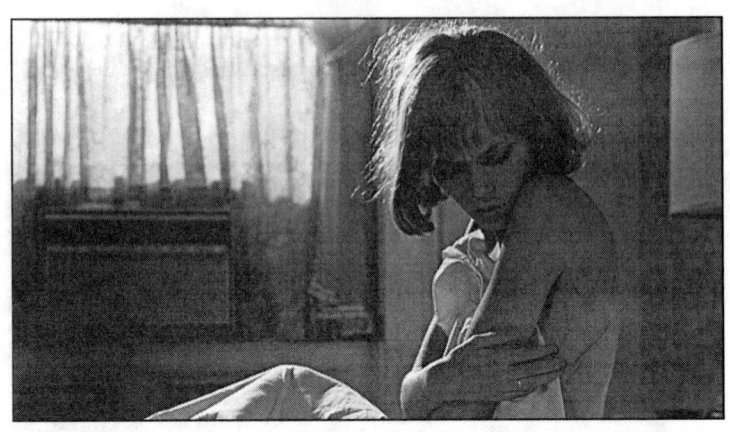

ஆர்ஸன் வேல்ஸின் சிட்டிசன் கேன் திரைப்படம் டீப் ஃபோகஸ் அடிப்படையில் உருவாக்கப்பட்டது. அதற்கு 25 எம்.எம். லென்ஸ் பயன்படுத்தப்பட்டது.

ஸ்பீல்பெர்க் பெரும்பாலான காட்சிகளை 21 எம்.எம். லென்ஸ் வைத்தே படமாக்க விரும்புவதாகக் கூறுகிறார். அது முடியாத பட்சத்தில்தான் மற்ற லென்ஸ்களை உபயோகிப்பதாகக் கூறியுள்ளார்.

இயக்குநர் டேவிட் க்ரோனன்பேர்க் முழு திரைப்படத்தை 27 எம்.எம். லென்ஸ் உபயோகித்துப் படமாக்கினார். திரைப்படத்தின் பெயர் எக்ஸிஸ்டன்ஸ்.

காட் ஃபாதர் திரைப்படத்தின் பெரும்பாலான காட்சிகள் 40 எம்.எம். லென்ஸில் படமாக்கப்பட்டது.

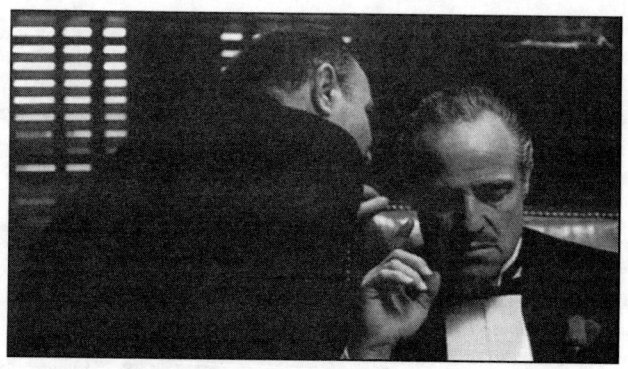

மாஸ்டர் ஆஃப் சஸ்பென்ஸ் என்று அழைக்கப்படும் இயக்குநரான ஹிட்ச்காக் 50 எம்.எம். லென்ஸை தனது திரைப்படத்தில் உபயோகிப்பதை விரும்பினார்.

உலகின் சிறந்த படைப்பாளியாகக் கருதப்படும் ஜப்பானிய இயக்குநர் ஓஜூ (ozu) 50 எம்.எம். லென்ஸ் மனிதனின் கண்பார்வையை ஒத்திருப்பதால் அந்த இயல்பான பார்வைப்பரப்பு தனது படைப்புக்கு ஏற்றதாக உள்ளதாக நம்புகிறார்.

இயக்குநர் ரிட்லி ஸ்காட் தனது திரைப்படங்களில் ஒளிப்பதிவாளர்கள் டெலி லென்ஸ் பயன்படுத்துவதை விரும்புகிறார். குறிப்பாக, 75 எம்.எம். லென்ஸ்.

இந்தியத் திரைப்பட ஒளிப்பதிவாளர்களின் பார்வையில் ஃபோகல் லென்த் பற்றி இயக்குநர் மற்றும் ஒளிப்பதிவாளர் ராஜீவ் மேனன் குறிப்பிடுகையில், இந்தியத் திரைப்படங்களில் கருப்புவெள்ளையிலிருந்துவண்ணஒளிப்பதிவிற்கு மாறிய பிறகான காலகட்டங்களில் ஃபிரேமில் நிறங்களை மேம்படுத்தவும், டெலிவிஷனின் தாக்கமும் அவுட் ஆஃப் ஃபோகஸ் பின்னணியில் படமாக்கும் டிரெண்ட் உருவானதாகக் கூறுகிறார். அதற்கு பெரும்பாலும் டெலி லென்ஸூம் ஜூமும் பயன்படுத்தப்பட்டது.

தற்போது அதன் தாக்கம் குறைந்துவிட்டதாகக் கூறும் அவர் 20 எம்.எம். லென்ஸைக் கொண்டு க்ளோசப் காட்சிக்கும், அகன்ற பரப்புக் கொண்ட வைட் ஷாட்டுக்கும் பயன்படுத்துவதை

விரும்புகிறார். அதற்கு முக்கிய காரணம் 20 எம்.எம். லென்ஸ் மூலம் க்ளோசப் காட்சி அமைக்கும்போது கதாபாத்திரங்களை அதன் பின்னணியோடு ஓர் இணைப்பை ஏற்படுத்தமுடியும்.

ஒளிப்பதிவாளர் ஆர்.டி.ராஜசேகர் 18 எம்.எம். கூக் எஸ் 5 ஐ லென்ஸைக் கொண்டு தன்னால் எல்லாவிதமான ஷாட்டுகளையும் கம்போஸ் செய்ய முடியும் என்கிறார்.

பொதுவாக, வைட் லென்ஸ் பயன்படுத்தும்போது டிஸ்டார்ஷன் ஏற்படும். தனது அனுபவத்தின் அடிப்படையில் 18 எம்.எம். சரியான தூரத்தில் வைத்து க்ளோசப் ஷாட் கம்போஸ் செய்யும்போது டிஸ்டார்ஷன் காண முடியாது என்கிறார்.

2.0 திரைப்படத்தை 3டி தொழில்நுட்பத்தில் ஒளிப்பதிவு செய்தவர் நீரவ் ஷா. முப்பரிமாணத் தோற்றத்தை உருவாக்க இரண்டு காமிரா 3டி ரிக்கில் பொருத்தி ஒளிப்பதிவு செய்யும்போது மிக முக்கியமாக இரண்டு காமிராவிற்கும் ஒரே ஃபோகல் லென்த் கொண்ட இரண்டு லென்ஸை பயன்படுத்தவேண்டும். அவ்விரு லென்ஸ்கள் ஒரே தயாரிப்பு கொண்டவையாகவும் நிறம், காண்ட்ராஸ்ட், ஃபோகஸ் ஆகிய அனைத்தும் ஒன்றுபட வேண்டும் என்கிறார்.

3டி ஒளிப்பதிவிற்கு 24, 32, 50 எம்.எம். இந்த மூன்று லென்ஸ்கள் தான் பிரதானம். டெலி லென்ஸ் குறைந்த டெப்த் ஆஃப் ஃபீல்ட் உருவாக்குவதால் பயன்தராது என்கிறார் நீரவ் ஷா.

விஷ்டாவிஷன் ஃபார்மட் காமிரா பயன்படுத்தும்போது 28 எம்.எம். லென்ஸ் உபயோகிப்பது நல்ல பயனைத்தரும் என்கிறார் ஒளிப்பதிவாளர் மனோஜ் பரமஹம்சா. பெரிய சென்சார் உள்ள காமிராவில் 28 எம்.எம். லென்ஸ் பயன்படுத்தியபோது டிரமாடிக் காம்போஷிஷனுடன் குறைந்த டெப்த் ஆஃப் ஃபீல்ட் கிடைப்பதால் வித்தியாசமான விஷுவல்ஸை தன்னால் ஏற்படுத்த முடிந்ததாகக் கூறுகிறார்.

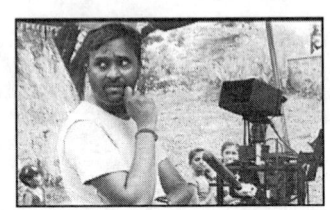

உலகப் புகழ்பெற்ற மலையாளத் திரைப்படமான பிறவி திரைப்படத்தை ஒளிப்பதிவு செய்தவர் ஒளிப்பதிவாளர் சன்னி ஜோசஃப். அவர் 32 எம்.எம். ஃபோகல் லென்த் லென்ஸ் அதிகம் பயன்படுத்துகிறார். அதற்கு முக்கியமான காரணம் வைட் லென்ஸாகவும் இருக்கிறது. அதே போல நார்மல் லென்ஸுக்கு அருகாமை பார்வை பரப்பு கொண்டுள்ளதேயாகும்.

35 எம்.எம். ஃபோகல் லென்த் லென்ஸ் மூலம் எளிதாக டெப்த் கூட்டவும் அல்லது குறைக்கவும் முடியும் என்கிறார் ஒளிப்பதிவாளர் மகேஷ் முத்துசுவாமி. நார்மல் லென்ஸ் அடுத்து வரும் வைட் லென்ஸ் 35 எம்.எம். என்பதால் க்ளோசப், மிட் ஷாட் ஆகியவற்றுக்கு கம்போஸ் செய்ய பொருத்தமாக அமையும் என்று கூறுகிறார்.

பல்வேறு சிறந்த மலையாளப் படைப்புகளுக்கு ஒளிப்பதிவு செய்தவர் ஒளிப்பதிவாளர் அழகப்பன். ஒவ்வொரு லென்ஸும் தனிப்பட்ட பண்புகளை கொண்டுள்ளாதால் அனைத்து ஃபோகல் லென்த்துகளும் முக்கியமானவை என்று கருதுகிறார். இருப்பினும் திரைப்பட ஒளிப்பதிவு என்பது பெருந்திரைக்கானது என்பதால் ஃபிரேமில் டெப்த் அளவானதாக இருக்க வேண்டும். அதிக டெப்த் மற்றும் குறைந்த டெப்த் இரண்டும் சில காட்சிகளுக்கு மட்டுமே

பொருந்தும். ஆகவே 35 எம்.எம். 40 எம்.எம். மற்றும் 50 எம்.எம். ஃபோகல் லென்த்துகள் தனக்குப் பிடித்தவையாகக் கூறுகிறார்.

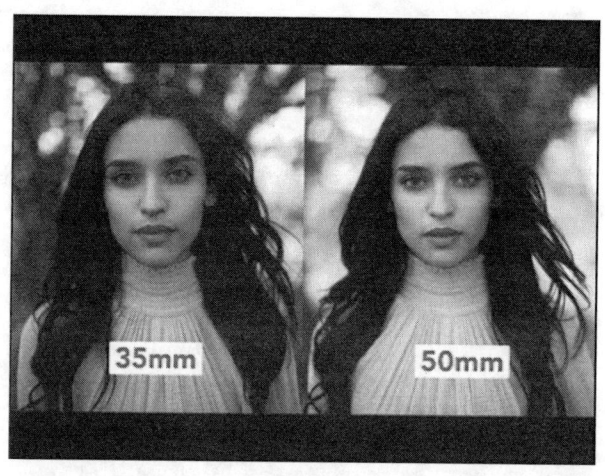

ஒளிப்பதிவாளர் சத்யன் சூரியன் 50 எம்.எம். லென்ஸ் தனக்கு மிகவும் முக்கியமானதாகக் கூறுகிறார். நார்மல் லென்ஸ் மூலமாக கதாபாத்திரத்திற்கு மிக அருகாமைக்கு காமிரா வைத்தும் அதே போல தூரத்திலிருந்து படமாக்கும்போதும் பார்வை பரப்பு மாறுதல் ஏற்படாமல் சப்ஜெக்ட்டின் அளவு மட்டுமே மாற்றம் அடையும் என்கிறார்.

ஊமைவிழிகள் திரைப்படத்தின் மூலம் சினிமாஸ்கோப் ஃபார்மட்டை பிரபலமாக்கியவர் ஒளிப்பதிவாளர் ரமேஷ்குமார். இவர் 50 எம்.எம்.மும் அதற்கு மேல் உள்ள டெலி லென்ஸ்களை பயன்படுத்துவது சிறப்பைத் தரும். ஃபிரேமின் பின்னணியில் உள்ள தேவையற்ற கூறுகள் மங்கலாகி கதாபாத்திரங்கள் மீது கவனம் பெறும். அதே போல டெலி லென்ஸ் சப்ஜெக்ட்டின் அளவு இயல்பை விட பெரிதாகத் தெரிவதால் விஷுவல் பிரமாண்டம் ஏற்பட வாய்ப்புள்ளதாகக் கருதுகிறார்.

*****

	P+S Technik	"Classic film look"		Angénieux	Optimo Primes	"Light, compact, sharp, and owns the classic Angenieux look"	
Schneider KREUZNACH	Xenon FF-Primes	"Accurate skin-tones and pleasant look. Not too sharp"		ARRI	Signature primes	"The classic film look. Low micro contrast and warm look"	
SIGMA	FF Primes	"Pristine look. Minimal distortion and flaring"		Canon	Sumire Primes	"Not too sharp. Classic esthetic pleasing look and unique bokeh"	
Tokina	Vista Primes	"Very fast (T1.5), Zero breathing. Immaculate look"		Cooke	Cooke S7	"The Cooke Look"	
ZEISS	Supreme Primes	"Gentle sharpness, aesthetic focus fall-off. Elegant bokeh"		FUJINON	Premista	"Pleasant bokeh effect and a wide dynamic range of light"	

16
பிரபல சினி லென்ஸ் தயாரிப்புகள்.

பிரபல சினி லென்ஸ் தயாரிப்புகள்

சினிமா லென்ஸ் தயாரிப்பில் கார்ல் ஜீஸ், ஆரி, கூக் ஆஞ்ஜினியுக்ஸ், லீக்கா, பேனாவிஷன் ஆகிய நிறுவனங்கள் பல ஆண்டுகளாக முக்கிய பங்காற்றி வருகிறது.

சினி லென்ஸ்களின் விலை பல லட்சங்களைக் கொண்டதால் பெரும்பான்மையான திரைப்படத் தயாரிப்புகள் சினி லென்ஸ்களை வாடகைக்கு எடுத்தே உபயோகிக்கிறார்கள்.

1847ஆம் ஆண்டில் தொடங்கப்பட்ட கார்ல் ஜீஸ் மிகவும் பழமையான ஜெர்மன் நிறுவனம். திரைப்படத்துறைக்கு மட்டுமல்லாமல் விஞ்ஞானத்துறை, நுகர்வோர் கண் கண்ணாடிகள் ஆகியவற்றிலும் தன் பங்காற்றி வருகிறது.

கார்ல் ஜீஸ் ஆரி, சோனி, ஃபியூஜி ஆகிய நிறுவனங்களோடு கூட்டு சேர்ந்தும் சினி லென்ஸ்களைத் தயாரித்து வருகிறது.

ஜீஸ் நிறுவனத்தின் காம்பேக்ட் ப்ரைம், அல்ட்ரா ப்ரைம், மாஸ்டர் ப்ரைம் லென்ஸ்கள் தான் இந்தியத் திரைப்படத்துறையில் அதிகம் பயன்படுத்தப்படும் சினி லென்ஸ்கள் ஆகும்.

மனிதர்களின் தோலின் நிறம் (skintone) பல்வேறு நிறக்கலவைகளில் உள்ளன. அவை அனைத்தையும் எவ்வளவு இயல்பாக துல்லியமாக தனிப்பட்ட பண்புகளுடன் லென்ஸ்கள் பதிவுசெய்கின்றன என்பதுதான் முக்கிய தரக்கோட்பாடாகும்.

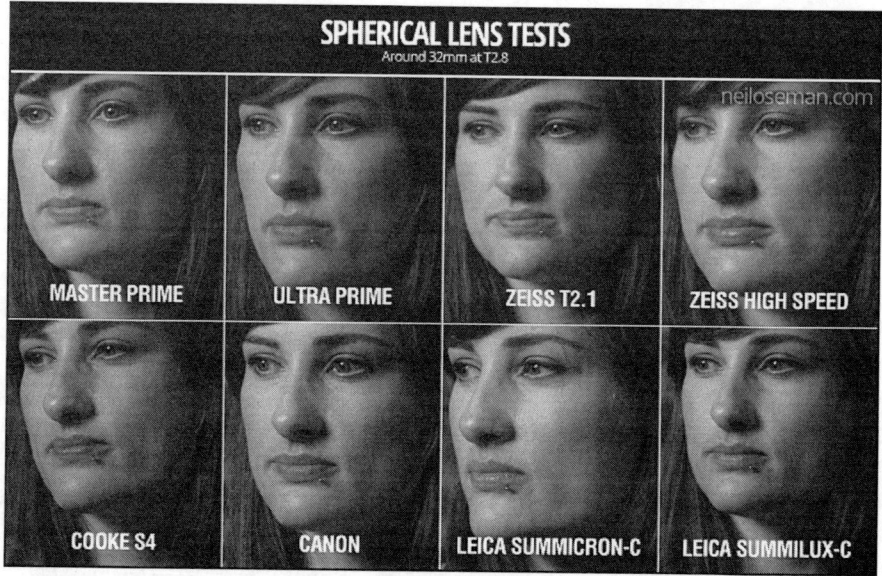

ஒவ்வொரு சினி லென்ஸ் நிறுவனமும் தங்களுடைய தயாரிப்பில் இதைத்தான் முக்கிய குறிக்கோலாகக் கொண்டு லென்ஸ் தயாரிப்பில் ஈடுபடுகிறார்கள்.

சினி லென்ஸ் தயாரிக்கப்படும் பகுதி தூய்மையானதாகவும், அதற்குப் பயன்படுத்தப்படும் நீரின் தரமும் மிக முக்கியப் பங்கு வகிக்கிறது.

கார்ல் ஜீஸ் காம்பேக்ட் ப்ரைம் லென்ஸ்கள்

ஒளிப்படக்காமிராவில் திரைப்படங்களை உருவாக்கத் தொடங்கியவுடன் ஒளிப்படக்காமிராவிற்கும் டிஜிட்டல் சினிமா காமிரா இரண்டிற்கும் ஏற்றவாறு தயாரிக்கப்பட்டதுதான் சி.பி.2 என்ற காம்பேக்ட் ப்ரைம் லென்ஸ்கள்.

பி.எல். (PL)

இ.எஃப். (EF)

எஃப். (F)

இ. (E)

எம்.எஃப்.டி. (MFT)

ஆகிய ஐந்து மவுண்ட் வகைகளில் தயாரிக்கின்றனர்.

லென்ஸ்	அப்ரேட்சர்
சி.பி. 2 15 எம்.எம்.	T 2.9 - 22
சி.பி. 2 21 எம்.எம்.	T 2.9 - 22
சி.பி. 2 25 எம்.எம்.	T 2.9 - 22
சி.பி. 2 28 எம்.எம்.	T 2.1 - 22
சி.பி. 2 35 எம்.எம்.	T 2.1 - 22
சி.பி. 2 50 எம்.எம்.	T 2.1 - 22
சி.பி. 2 85 எம்.எம்.	T 2.1 - 22
சி.பி. 2 100 எம்.எம்.	T 2.1 - 22
சி.பி. 2 135 எம்.எம்.	T 2.1 - 22

கார்ல் ஜீஸ் சி.இசட். 2 (CZ 2) காம்பேக்ட் ஜூம் லென்ஸ்

15 - 30 எம்.எம்.	T 2.9 - 22
70 - 20 எம்.எம்.	T 2.9 - 22
28 - 80 எம்.எம்.	T 2.9 - 22

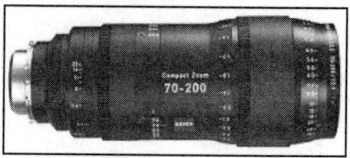

காம்பேக்ட் ப்ரைம் லென்ஸ்கள் (CP 2) கேனான் ஸ்டில் லென்ஸ்களைவிட சற்று விலை அதிகம். ஆனால் அவ்விலை நிர்ணயம் வாங்கக் கூடிய அளவில்தான் உள்ளது.

காம்பேக்ட் ப்ரைம் லென்ஸ் 3 (சி.பி.3)

கார்ல் ஜீஸ் நிறுவனம் வளர்ந்து வரும் டி.எஸ்.எல்.ஆர். காமிராவிற்கான சினி லென்ஸ் தயாரிப்பில் சி.பி.2 மிகப்பெரிய வரவேற்பைப் பெற்றது. சி.பி.2 லென்ஸ் சினி டிஜிட்டல் காமிராவிற்கும் பொருந்தும் என்பது சிறப்பு. அதன் தொடர்ச்சியாக சி.பி. 3 என்ற லென்ஸ் தொடர் விற்பனைக்கு வந்தது.

சி.பி. 3 எக்ஸ்.டி. என்ற வகை லென்ஸூம் உள்ளது. அதில் டேட்டா பரிமாற்றம் செய்யும் வசதியும் இணைக்கப்பட்டுள்ளது.

15, 18, 21, 25, 28, 35, 50 85, 100, 135 எம்.எம். ஃபோகல் லென்த்துகளில் கிடைக்கப்பெறுகிறது.

இதில் அப்பர்சர் திறப்பு டி ஸ்டாப்களில் 15, 18, 21 எம்.எம். - 2.9 - 22 வரை

மற்ற அனைத்து லென்ஸ்கள் திறப்பு - டி 2.1 - 22 வரை

Arri & Carl Zeiss Cine Lens

ஆரி & கார்ல் ஜீஸ் சினி லென்ஸ்

புகழ்பெற்ற ஆரி நிறுவனமும் கார்ல் ஜீஸ் நிறுவனமும் இணைந்து பல ஆண்டுகளாக தலைசிறந்த சினி லென்ஸ்களை சிறந்த தரக்கோட்பாட்டுடன் உருவாக்கி வருகிறார்கள்.

இவ்வகை லென்ஸ்கள் அதிக தரம் வாய்ந்ததால் விலை நிர்ணயமும் அதை ஒட்டியே உள்ளது. அதனால் இவ்வகை லென்ஸ்களை வாடகைக்கு மட்டுமே எடுத்து பயன்படுத்துகிறார்கள்.

ஆரி & கார்ல் ஜீஸ் லென்ஸ்கள் இரண்டு முக்கிய தயாரிப்புகளாக பி.எல். (PL) மவுண்ட் வசதியுடன் வருகிறது.

மாஸ்டர் ப்ரைம் (master prime) லென்ஸ்கள், அல்ட்ரா ப்ரைம் லென்ஸ்கள் (ultra prime)

மாஸ்டர் ப்ரைம் (master prime) லென்ஸ்கள்

இது ஹை ஸ்பீட் லென்ஸ் அமைப்பு கொண்டது. குறைந்த ஒளியில் மிகத்துல்லியமான காட்சிகளை இவ்வகை லென்ஸ்கள் மூலம் பதிவுசெய்ய முடியும்.

மாஸ்டர் ப்ரைம் 16 வகை எம்.எம்.களில் லென்ஸ்களை தயாரிக்கிறது.

அனைத்து லென்ஸ்களும் அப்ரேட்சர் T 1.3 - 22 அமைப்பிலும், எடை சுமார் 2 கிலோ முதல் 3 கிலோ வரையும் தயாரிக்கப்படுகிறது.

12, 14, 16, 18, 21, 25, 27, 32, 35, 40, 50, 65, 75, 100, 135, 150 எம்.எம். களில் உள்ளது.

அல்ட்ரா ப்ரைம் லென்ஸ்கள் (ultra prime)

அல்ட்ரா ப்ரைம் லென்ஸ்கள் குறைந்த எடையில் ஸ்டாண்டர்ட் ஸ்பீட் லென்ஸ்களாக வகைப்படுத்தப்படுகிறது.

இங்கே திரைத்துறையில் அதிக பயன்பாடுள்ள அல்ட்ரா ப்ரைம் லென்ஸ்கள் பற்றிய தகவல்களைப் பார்க்கலாம்.

லென்ஸ்	அப்பர்சர்
8 ஆர் (8R)	(T 2.8 - 22)
16 எம்.எம்.	(T 1.9 - 22)
24 எம்.எம்.	(T 1.9 - 22)

28 எம்.எம்.	(T 1.9 - 22)
32 எம்.எம்.	(T 1.9 - 22)
50 எம்.எம்.	(T 1.9 - 22)
85 எம்.எம்.	(T 1.9 - 22)
100 எம்.எம்.	(T 1.9 - 22)
135 எம்.எம்.	(T 1.9 - 22)

ஆஞ்ஜினியுக்ஸ் (angenieux) லென்ஸ்

ஏறத்தாழ 75 ஆண்டுகளாக தெல்ஸ் ஆஞ்ஜினியுக்ஸ் (Thales angenieux) நிறுவனம் உலகின் மிகச்சிறந்த சினிமா லென்ஸ்களை தயாரித்து வருகிறது. அதன் தொழில்நுட்ப சாதனைகளுக்காக அகாடமி விருதும் கிடைத்துள்ளது.

ஆஞ்ஜினியுக்ஸ் ஆப்டிமோ 24 - 290 எம்.எம். ஜூம் லென்ஸ்

இந்த ஜூம் லென்ஸ்ஸை இந்தியாவில் உள்ள எல்லா அவுட்டோர் யூனிட்களும் வாடகைக்கு வைத்திருப்பார்கள்.

தொழில்நுட்பத் தகவல்

அப்பர்சர் - டி ஸ்டாப் 2.8

எடை - 7.3 கிலோ

பொதுவாக பி.எல். மவுண்ட்டில் வருகிறது. தேவைப்பட்டால் கேனான் இ.எஃப். (EF) மவுண்ட்டில் பிரத்தியேக ஆர்டரின் மூலம் பெற்றுக்கொள்ளலாம்.

ஆப்டிமோ - பிற ஜூம் லென்ஸ்கள்

28 - 340 எம்.எம்.

15 - 40 எம்.எம்.

45 - 120 எம்.எம்.

25 - 500 எம்.எம்.

ஆகிய வகைகளிலும் தயாரிக்கப்படுகிறது.

கூக் லென்ஸ்கள் (cooke lenses)

பல சர்வதேச விருதுகளையும் பாராட்டுகளையும் வென்றுள்ள கூக் சினி லென்ஸ்கள் பாரம்பரியமிக்கவை.

இந்த நிறுவனம் 1894ஆம் ஆண்டிலிருந்து தரமான லென்ஸ் தயாரிப்புகளை திரைத்துறைக்கு தொடர்ந்து வழங்கி வருகிறது.

கூக் ப்ரைம் லென்ஸ்கள்

ஒளிப்பதிவாளர்களால் கூக் லுக் எனப்படும் கூக் லென்ஸ்கள் தனித்தன்மை வாய்ந்தவை. எஸ் 4 ஐ, எஸ் 5 ஐ, எஸ் 7 ஐ, எஸ் மினி 4 ஐ ஆகிய மாடல்களில் தயாரிக்கப்படுகிறது.

கூக் எஸ் 4 ஐ 12, 14, 16, 18, 21, 25, 27, 32, 35, 40, 50, 65, 75, 100, 135, 150, 180, 300 எம்.எம். ஆகிய ஃபோகல் லென்த்துகளில் தயாரிக்கப்படுகிறது.

அப்பர்சர் திறப்பு டி ஸ்டாப் 2 - 22 வரை

கூக் எஸ் 4 ஐ மினி

இவ்வகை லென்ஸ்கள் எஸ் 4 ஐ யை விட விலையும் எடையும் குறைவானவை. 18, 21, 25, 32, 40, 50, 65, 75, 100, 135 எம்.எம். ஆகிய ஃபோகல் லென்த்துகளில் தயாரிக்கப்படுகிறது. இவை ஆறு லென்ஸ்கள் கொண்ட தொகுப்பாகவும் கிடைக்கிறது.

18, 25, 32, 50, 75, 100 எம்.எம். ஃபோகல் லென்த்துகள் ஆகும்.

அப்பர்சர் திறப்பு அனைத்து லென்ஸ்களுக்கும் டி ஸ்டாப் - 2.8 - 22 வரை.

கூக் எஸ் 5 ஐ

கூக் எஸ் 5 ஐ லென்ஸ்களின் சிறப்பம்சம், இவை ஹைஸ்பீட் லென்ஸ்களாக உருவாக்கப்பட்டுள்ளது. 18, 25, 32, 40, 50, 65, 75, 100 மற்றும் 135 எம். எம். ஆகிய ஃபோகல் லென்த்களில் தயாரிக்கப்படுகிறது.

அனைத்து லென்ஸ்களுக்கும் அப்பர்சர் திறப்பு டி ஸ்டாப் - 1.4 - 22 வரை.

கூக் எஸ் 7 ஐ

கூக்கின் முந்தைய மாடல்களான எஸ்4ஐ, எஸ்5ஐ லென்ஸ்கள் சூப்பர் 35 எம்.எம். சென்சார் கொண்ட காமிராக்களுக்குப் பொருந்தும் வண்ணம் தயாரிக்கப்பட்டது.

கூக் எஸ் 7 ஐ லென்ஸ்கள் பெரிய சென்சார் அளவிற்கு ஏற்ப இமேஜ் வட்டம் கொண்டவை.

16, 18, 21, 25, 27, 32, 40, 50, 75, 100, 135, 180 எம்.எம். கொண்ட ஃபோகல் லென்த்துகளில் வருகிறது.

அப்பர்சர் திறப்பு டி ஸ்டாப் - 2 - 22 வரை.

கூக் சி.எக்ஸ்.எக்ஸ். ஜூம் லென்ஸ் (CXX Zoom lens)

15 - 40 எம்.எம். ஜூம் லென்ஸ்

அப்பர்சர் - T2

ரெட் சினி லென்ஸ் (Red Cine Lens)

ரெட் காமிரா நிறுவனம் அதனுடைய 4கே காமிரா வரிசைக்கு ஏற்றவாறு ரெட் ப்ரோ ப்ரைம் லென்ஸ்களைத் தயாரித்துள்ளது.

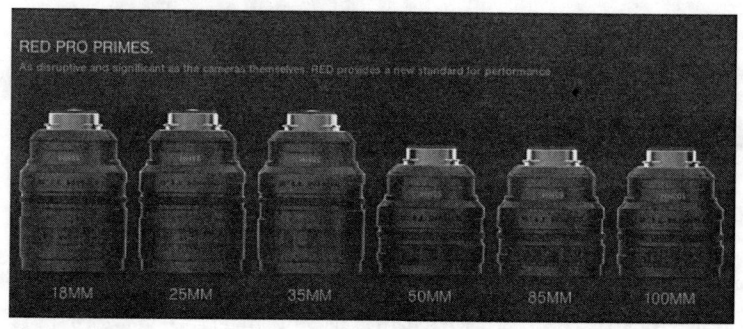

லென்ஸ்	அப்பர்சர்
18 எம்.எம்.	T 1.8 - 22
25 எம்.எம்.	T 1.8 - 22
35 எம்.எம்.	T 1.8 - 22
50 எம்.எம்.	T 1.8 - 22
85 எம்.எம்.	T 1.8 - 22
100 எம்.எம்.	T 1.8 - 22
300 எம்.எம்.	T 2.9 - 34.6

ரெட் லென்ஸ்கள் பி.எல். (PL) மவுண்ட்டில் தயாரிக்கப்படுகின்றன.

ரெட் லென்ஸ்கள் இரண்டு வகை ஜூம் லென்ஸ்களை அளிக்கிறது.

லென்ஸ்	அப்பர்சர்
17 - 50 எம்.எம்.	T 2.9 - 22
18 - 85 எம்.எம்.	T 2.9 - 22

Canon EOS Cine Lens

கேனான் ஈ.ஓ.எஸ். சினி லென்ஸ்

கேனான் நிறுவனம் தனது சினிமா காமிராக்களை அறிமுகப்படுத்திய அதே வேளையில் ஈ.ஓ.எஸ். சினி லென்ஸ்களை மிகச் சிறப்பாக 4 கே ரெசல்யூஷனுக்கு

ஏற்றவாறு குறைந்த எடையில் எளிமையான வடிவத்தில் தயாரித்துள்ளார்கள்.

கேனான் சினி லென்ஸ் பி.எல்./இ.எஃப். ஆகிய இரண்டு வகைகளில் வருகிறது.

கேனான் சினிமா ப்ரைம் லென்ஸ்

24 எம்.எம். - T 1.5

50 எம்.எம். - T 1.3

85 எம்.எம். - T 1.3

கேனான் ஜூம் லென்ஸ்

சி.என் - இ   14.5 - 60 எம்.எம்.

சி.என் - இ   30 - 300 எம்.எம்.

சி.என் - இ   15.5 - 47 எம்.எம்.

சி.என் - இ   30 - 105 எம்.எம்.

ஆகியவை கேனான் தயாரிப்புகள்.

மைக்ரோ 4/3 லென்ஸ்கள் (micro 4/3 lenses)

மைக்ரோ 4/3 சென்சார் அமைப்பும், லென்ஸ் மவுண்ட் அமைந்துள்ள காமிராவுக்கு ஏற்றவாறு மைக்ரோ 4/3 லென்ஸ்கள் தயாரிக்கப்படுகின்றன.

ஒலிம்பஸ் (olympus), பேனாசானிக் (panasonic), லீக்கா (leica), ஸிக்மா (sigma), வாய்க்லெண்டர் (voiglander) ஆகிய நிறுவனங்கள் இவ்வகை லென்ஸ்களைத் தயாரிக்கின்றன.

பிளாக் மாஜிக் பாக்கெட் சினி காமிராவிற்கு மைக்ரோ 4/3 லென்ஸ்களை பயன்படுத்த வேண்டும்.

8 எம்.எம். முதல் 12, 14, 17, 19, 20, 30, 45, 75 எம்.எம். வரை சிங்கிள் லென்ஸ்களாக கிடைக்கின்றன.

ஜூம் லென்ஸ்

7 - 14 எம்.எம்.

14 - 42 எம்.எம்.

14 - 150 எம்.எம்.

ஆகிய பல ரகங்களில் கிடைக்கிறது.

தற்போது ரோக்கினான் (Rokinon), சாம்யங் (Samyang) ஆகிய நிறுவனங்கள் மிகக் குறைந்த விலையில் சினி லென்ஸ்களை தயாரிக்கத் தொடங்கியுள்ளனர்.

ஆர்.பி. (RP) என்ற அமெரிக்க நிறுவனம் சிறந்த ஸ்டில் லென்ஸ்களை சினி லென்ஸ்களாக மாற்றி வடிவமைத்து குறைந்த விலையில் தருகிறார்கள்.

ஸிக்மா சினி லென்ஸ்கள்

ஜப்பானிய நிறுவனமான ஸிக்மா (sigma) பல்வேறு சினி லென்ஸ்களை தயாரித்து வருகிறது.

சினி லென்ஸ்கள் சோனியின் இ மவுண்ட், கேனான் இ.எஃப் மற்றும் பி.எல். மவுண்ட்டுகளில் கிடைக்கப்பெறுகிறது.

ப்ரைம் லென்ஸ்கள் பத்து வகை ஃபோகஸ் லென்த்களில் உள்ளன. அவை: 14, 20, 24, 28, 35, 40, 50, 85, 105 மற்றும் 135 எம்.எம்.

இதில் அப்பர்சர் திறப்பு டி ஸ்டாப்களில் 14 மற்றும் 135 எம்.எம். லென்ஸ்கள் T 2 - T 16 வரை, மற்ற லென்ஸ்கள் அனைத்தும் T 1.3 - T 16 வரை.

சமீபத்தில் அறிமுகமான ஸிக்மா சினி லென்ஸை பிரபல ஒளிப்பதிவாளர்கள் நீரவ்ஷா, சந்தோஷ் சிவன் ஆகியோர் பயன்படுத்தியுள்ளார்கள்.

ஸிக்மா சினி ஜூம் லென்ஸ்கள்

ஸிக்மா சினி ஜூம் லென்ஸ்கள் சிறப்பானவை. இதன் உயர் ஒளிவேகத்திறனுக்கு டி ஸ்டாப் அப்பர்சர் எண் 2 ஆக உள்ளது.

சினி ஜூம்கள்

18 - 35 எம்.எம்.

50 - 100 எம்.எம்.

24 - 35 எம்.எம்.

ஜீஸ் சுப்ரீம் ப்ரைம் லென்ஸ்கள்

சமீபத்திய வரவான ஜீஸ் நிறுவனத்தின் சுப்ரீம் ப்ரைம் லென்ஸ்கள் சினி காமிராக்களின் சென்சார் அளவு கூடிக்கொண்டே செல்வதை கவனத்தில் கொண்டு தயாரிக்கப்பட்டவை.

ஆறு லென்ஸ்கள் கொண்ட இவை இமேஜ் விட்டம் 46.2 எம்.எம். ஆகும். இதனால் ஃபுல் ஃபிரேம் சென்சார் மற்றும் ஆரி அலெக்ஸா லார்ஜ் பார்மட். வகை காமிராவிற்குப் பொருந்தும்.

லென்ஸ் மவுண்ட் பி.எல். அமைப்பாகும். 25, 29, 35, 50, 100 எம்.எம். ஃபோகல் லென்த் வரிசையில் லென்ஸ் அப்பர்சர் திறப்பு - டி ஸ்டாப் 1.5 முதல் 22 வரை.

ஆரி சிக்னேச்சர் ப்ரைம் லென்ஸ்

புகழ்பெற்ற ஆரி நிறுவனத்தின் புதிய உயர்ரக லென்ஸ்கள்தான் சிக்னேச்சர் ப்ரைம் லென்ஸ். ஃபோகல் லென்த் 12 - 280 வரை எம்.எம். உள்ளது. 12, 15, 18, 21, 25, 29, 35, 40, 47, 58, 75, 95, 125, 150, 200 மற்றும் 280 எம்.எம்.

ஆரி சிக்னேச்சர் ப்ரைம் லென்ஸ் பெரிய வடிவ சென்சார் (large format) பொருந்தும் வண்ணம் தயாரிக்கப்பட்டுள்ளது.

12, 15, 18, 21, 25, 29, 35, 40, 47, 58, 75, 95, 125, 150, வரை உள்ள லென்ஸ்களின் அப்பர்சர் திறப்பு டி ஸ்டாப் 1.8 - 22 வரை

200 எம்.எம். டி ஸ்டாப் 2.5 - 22 வரை

280 எம்.எம். டி ஸ்டாப் - 2.8 - 22 வரை

லென்ஸ் மவுண்ட் எல். பி. எல். (large positive lock)

ஆரி சிக்னேச்சர் லென்ஸ்கள் அனைத்தும் எல்.டி.எஸ். (லென்ஸ் டேட்டா சிஸ்டம்) என்ற தொழில்நுட்பத்துடன் தயாரிக்கப்படுகின்றன. இவை படமாக்கும் காட்சிகளின் லென்ஸ் ஃபோகஸ், எக்ஸ்போசர், பார்வைக்கோணம் ஆகிய முக்கிய தகவல்களை டேட்டாக்களாக பரிமாறும் நுட்பத்தை அளிக்கிறது. இவை திரைப்படங்களின் பின் தயாரிப்பின் போது கிராஃபிக்ஸ் காட்சிகளுக்கு இவ்வனைத்து தகவல்களும் மிகவும் முக்கியமானதாக இருக்கும்.

சிலேர் ஹெச்.எஸ். ப்ரைம் லென்ஸ் (celere HS prime lens)

ஜெர்மானிய தயாரிப்பான சிலேர் ஹெச். எஸ். நான்கு ஃபோகல் லென்த்துகளில் 25, 36, 50, 85 எம்.எம். ப்ரைம் லென்ஸ்கள் தயாரிக்கப்படுகின்றன. இவ்வகை லென்ஸ்கள் அப்பர்சர் திறப்பு டி ஸ்டாப் 1.5 - 22 வரை.

இதனுடைய ஃபோகஸ் பேரல் சுற்று 250 டிகிரி வரை.

லென்ஸ் சுவாசம் முற்றிலும் தவிர்க்கப்பட்டுள்ள சிலேர் லென்ஸ்கள் ஃபுல் ஃபிரேம் சென்சார் மற்றும் சூப்பர் 35 எம்.எம். சென்சார் கொண்ட அனைத்து வகை காமிராக்களுக்குப் பொருந்தும் வகையில் தயாரிக்கப்பட்டுள்ளது.

சிலேர் ஹெச்.எஸ். லென்ஸ்கள் பி.எல். மவுண்டில் விற்பனைக்கு வருகிறது. பிரத்யேகமாக ஆர்டர் செய்தால் கேனான் இ.எஃப், சோனி இ அல்லது ஏ மவுண்ட்டில் தயாரித்து அளிக்கிறார்கள்.

கேனான் சுமைர் ஃப்ரைம் லென்ஸ்
(canon sumire prime lens)

கேனான் நிறுவனத்தின் மிக சமீபத்திய உயர்ரக சினிமா லென்ஸ்கள் தான் சுமைர் ப்ரைம் லென்ஸ்கள். மொத்தம் ஏழு ஃபோகல் லென்த்துகளில் பி.எல். மவுண்ட்டில் தயாரிக்கப்படுகிறது.

இந்த புதிய வகை நவீன லென்ஸ்கள் 300 டிகிரி ஃபோகஸ் பேரல் சுற்று கொண்டவை.

ஃபுல் ஃபிரேம் சென்சார் சினி காமிராவிற்குப் பொருந்தும் வகையில் அதனுடைய இமேஜ் வட்டம் உள்ளது.

அப்பர்சர் திறப்பு

- 14 எம்.எம். - டி ஸ்டாப் 3.1 - 22 வரை
- 20 எம்.எம். - டி ஸ்டாப் 1.5 - 22 வரை
- 24 எம்.எம். - டி ஸ்டாப் 1.5 - 22 வரை
- 35 எம்.எம். - டி ஸ்டாப் 1.5 - 22 வரை
- 50 எம்.எம். - டி ஸ்டாப் 1.3 - 22 வரை
- 85 எம்.எம். - டி ஸ்டாப் 1.3 - 22 வரை
- 135 எம்.எம். - டி ஸ்டாப் 2.2 - 22 வரை

ஜீன் சி.எஃப் (Xeen CF prime lens) ப்ரைம் லென்ஸ்கள்

சாம்யெங் நிறுவனத்தின் ஜீன் சி.எஃப் சினி லென்ஸ் பேரல்கள் கார்பன் ஃபைபர் மூலம் தயாரிக்கப்பட்ட முதன்மையான லென்ஸ்கள் ஆகும். அவை அனைத்தும் குறைந்த எடை கொண்டவை.

ஜீன் சி.எஃப் ப்ரைம் லென்ஸ்கள் பி.எல்.கேனான் இ.எஃப் சோனி இ மவுண்ட்டுகளில் தயாரிக்கப்படுகிறது.

ஜீன் சி.எஃப். லென்ஸ்கள் அனைத்து வகை சென்சார்களுக்கும் பொருந்தும் வகையில் தயாரிக்கப்பட்டதோடு இந்த உயர்ரக லென்ஸ்களின் விலை மற்ற பிராண்டுகளைக் காட்டிலும் குறைவாகவே உள்ளது இதன் சிறப்பம்சமாகும்.

லென்ஸ் மற்றும் அப்பர்சர் திறப்பு

- 16 எம்.எம். - டி ஸ்டாப் 2.6 - 22 வரை
- 24 எம்.எம். - டி ஸ்டாப் 1.5 - 22 வரை
- 50 எம்.எம். - டி ஸ்டாப் 1.5 - 22 வரை
- 85 எம்.எம். - டி ஸ்டாப் 1.5 - 22 வரை

சாம்யாங் மற்றும் ரோக்கினான் லென்ஸ்கள்

விடியோ தொழில்நுட்பப் பயன்பாட்டிற்கு ஏற்ப டி.எஸ்.எல்.ஆர். காமிராவிற்கு எடை குறைவான அளவிலும் சிறிய லென்ஸ்களே பரிந்துரைக்கப்படுகிறது.

ஒளிப்பட லென்ஸ் வடிவத்தில் சிறிய மாற்றம் அதாவது ஃபோகஸ் மார்க்கிங் அப்பர்சர் டி ஸ்டாப் திறப்புகள் ஆகிய அம்சங்களை சினி லென்ஸ் உரிய வகையில் தயாரித்து விலையும் ஒளிப்பட லென்ஸ்களின் விலைப்பட்டியலோடு ஒத்துப்போகிறது.

சாம்யாங் மற்றும் ரோக்கினான் லென்ஸ் தயாரிப்புகள் இவ்விரண்டும் வெவ்வேறு நிறுவனங்கள் என்றாலும் இவை கொரிய நாட்டுத் தயாரிப்புகளாகும். கேனான், சோனி, நிக்கான் ஆகிய அனைத்து லென்ஸ் மவுண்ட்டுகளிலும் கிடைக்கப்பெறுகிறது.

*****

17
அனமார்ஃபிக் லென்ஸ்

அனமார்ஃபிக் லென்ஸ்

டிஜிட்டல் யுகம் வருவதற்கு வெகுகாலம் முன்பு 1950களில் அகன்ற திரை வடிவத்திற்கான முயற்சிகள் தொடர்ந்த வண்ணம் இருந்தன. அதற்கான காமிராக்கள், ஃபிலிம் ஃபார்மட்டுகள் வரத்துவங்கி திரை ரசிகர்களுக்கு மிகுந்த ஆச்சர்யத்தை ஏற்படுத்தின என்றாலும் திரையரங்குகள் அதற்கேற்றவாறு மாற்றம் பெறுவதிலும் தயாரிப்பு செலவுகளும் பெரும்பாலான அகன்ற திரை வடிவத்திற்கு தடையாகவே இருந்தது. அதில் நீண்ட காலங்களுக்குத் தொடர்ந்தது 70 எம்.எம். ஃபார்மட். அதற்கு 60 எம்.எம். காமிராவும் ஃபிலிமும் தேவைப்பட்டன. இவை பெரிய பட்ஜெட் திரைப்படங்களுக்கு மட்டுமே சாத்தியமானது. ட்வெண்ட்டியத் செஞ்சுரி ஃபாக்ஸ் நிறுவனம் 35 எம்.எம். காமிரா மற்றும் 35 எம்.எம். ஃபிலிமில் எந்த மாற்றமும் செய்யாமல் அனமார்ஃபிக் வகையான லென்ஸ்கள் மூலம் புதிய வகையான அகன்ற வடிவத்தை உருவாக்கினர். அதுவே சினிமாஸ்கோப் என்று பெயரிடப்பட்டு இன்று வரை நடைமுறையில் இருக்கும் திரையிடல் முறையாகும்.

அனமார்ஃபிக் என்ற கிரேக்கச் சொல்லின் பொருள் மீண்டும் உருவாக்குவது. இந்த அகன்ற திரைவடிவத்திற்கான லென்ஸ் கிடைமட்டமான இமேஜை 35 மில்லிமீட்டர் ஃபிலிம் அல்லது சென்சாரில் செங்குத்தாக சுருக்குகிறது.

ப்ரொஜெட்டரில் மீண்டும் விரிவடையும் தன்மையுள்ள அனமார்ஃபிக் லென்ஸ் மூலம் திரையரங்குகளில் அகன்ற திரை வடிவக்காட்சிகள் உருவாக்கப்படுகின்றன.

திரைப்படங்களின் பின்தயாரிப்புப் பணிகள் டிஜிட்டலாக மாறும்போது சினிமாஸ்கோப் வடிவத்திற்கு 35 எம்.எம். ஸ்பெரிகல் லென்ஸ்கள் போதுமானதாக இருந்தன. அதற்கு காரணம், அகன்ற திரையிடலுக்கான காட்சி விகிதத்தை போஸ்ட் ப்ரொடக்ஷனில் உருவாக்கும் சாத்தியங்கள் இருந்தனால்தான். தற்போது திரையரங்கில் உள்ள ப்ரொஜெக்டரில் அனமார்ஃபிக் லென்ஸ் பயன்படுத்தத் தேவையில்லை.

தற்போது படமாக்குவதற்கு அனமார்ஃபிக் லென்ஸ்களை ஒளிப்பதிவாளர்கள் பயன்படுத்துவது மீண்டும் பிரபலமாகி வருகிறது.

அகன்ற திரைவடிவத்திற்கு அனமார்ஃபிக் லென்ஸ் இல்லாமலே படமாக்க இன்றைய டிஜிட்டல் சினிமா காமிராக்களில் சாத்தியம் இருந்தாலும் அனமார்ஃபிக் லென்ஸ் மூலம் உருவாக்கப்படும் இமேஜ்கள் தனிச்சிறப்பு வாய்ந்தவை.

செங்குத்தான போஃக்கே (Vertical Bokeh)

ஸ்பெரிகல் லென்ஸ்கள் உபயோகிக்கும்போதும் குறைந்த அப்பர்சர் எண் மற்றும் டெலி லென்ஸ்களைப் பயன்படுத்திப் படமாக்கும்போது சப்ஜெக்ட் பின்னணியில் அவுட் ஆஃப் ஃபோகஸ் பகுதியில் உள்ள இமேஜ் ஒரு மங்கலான உருண்டை வடிவம் பெறும். ஆனால் அதே அனமார்ஃபிக் லென்ஸ்கள் பயன்படுத்தும்போது குறைந்த டெப்த் ஆஃப் ஃபீல்ட் உள்ள இமேஜ்களின் பின்னணியில் செங்குத்தான போஃக்கே உருவாவதை அழகியல்ரீதியாக பார்க்கப்படுகிறது.

இமேஜ்களில் ஒளியானது பிரகாசமான புள்ளியாக இருக்கும் இடங்களில் அப்புள்ளியிலிருந்து அகன்ற பட்டொளி (horizontal flare) அனமார்ஃபிக் லென்ஸ் பயன்படுத்தும்போது உருவாக்கிவிடும். இது ஒருவகையில் லென்ஸின் குறைபாடுதான். ஆனால் அது ஒரு விஷுவல் பிரமாண்டத்தை உருவாக்குவதால் ஒளிப்பதிவாளர்கள் அகன்ற பட்டொளியை சிறப்பான அம்சமாக கருதுகிறார்கள்.

ஊமைவிழிகள் திரைப்படத்தின் இறுதிக்காட்சியில் இரவில் கார்கள் அணிவகுத்துச் செல்வதை அகன்ற பட்டொளி கார்களின் ஹெட்லைட்டிலிருந்து திரைமுழுவதும் ஆக்கிரமித்து ஒன்றன் பின் ஒன்றாக செல்வதை மிகப்பிரமாண்டமான காட்சியாக அனமார்ஃபிக் லென்ஸ் மூலம் உருவாக்கினார் ஒளிப்பதிவாளர் ரமேஷ்குமார்.

அனமார்ஃபிக் லென்ஸ்களில் உருளைவடிவ லென்ஸ் கூறுகள் (cylindrical lens elements) இருப்பதால் டெப்த் ஆஃப் ஃபீல்டில் நல்ல வேறுபாடுகளை

உருவாக்கவல்லது. அதேபோல வைட்லென்ஸ் பயன்படுத்தும் போது பார்வைக்கோணத்தை நீட்டிக்கும் தோற்றமும் அழகியல் சார்ந்ததேயாகும்.

மேற்குறிப்பிட்டவை அனமார்ஃபிக் லென்ஸ்களின் மூலம் விஷுவலில் பிரத்யேகமான வடிவத்தை உருவாக்க முடியும் என்பதால் டிஜிட்டல் காமிராக்களில் அனமார்ஃபிக் லென்ஸ் பொருத்தி அகன்ற திரைவடிவத்தை உருவாக்கினார்கள்.

அனமார்ஃபிக் லென்ஸ்கள் அகன்ற காட்சி வடிவத்தை செங்குத்தாக சுருக்குகிறது. அதற்கு சுருக்கும் கணக்கீடு (squeeze factor) உள்ளது.

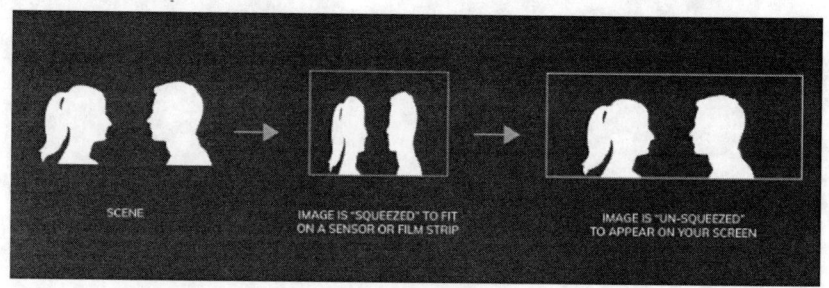

சுருக்கும் கணக்கீடு பெரும்பாலான அனமார்ஃபிக் லென்ஸில் x2. அது இரண்டு மடங்காக இமேஜை சுருக்குகிறது என்பதாகும்.

35 மில்லி மீட்டர் ஃபிலிம் அல்லது சென்சாரின் ஃபிரேம் விகிதம் (aspect ratio) 1:1.37 ஆகும். சினிமாஸ்கோப் ஃபிரேம் விகிதம் (1:2.35). ஓர் அகன்ற காட்சி விகிதத்தை 35 மில்லிமீட்டர் ஃபிரேமில் பொருத்த அனமார்ஃபிக் லென்ஸ் செங்குத்தாக இரண்டு மடங்கு இமேஜை சுருக்குகிறது.

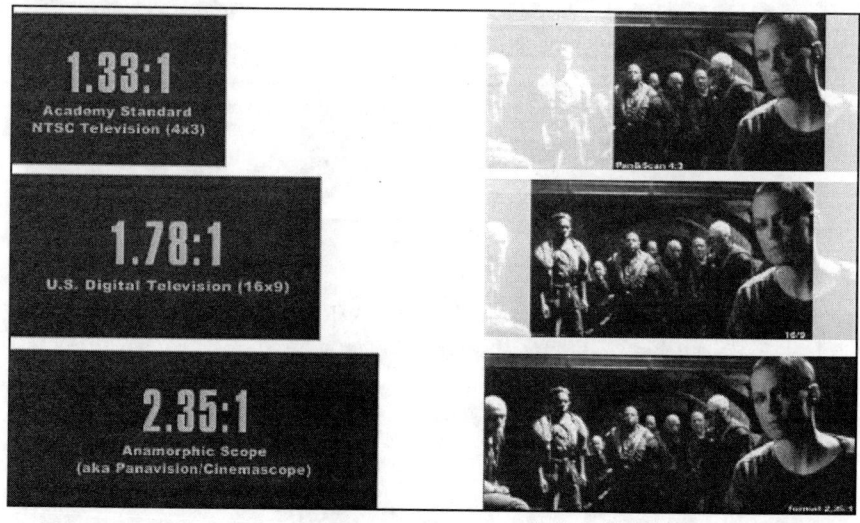

தற்போது இமேஜ் சென்சார்கள் பல்வேறு அளவு விகிதத்தில் தயாரிக்கப்பட்டு வருகின்றன. அதற்கு ஏற்பவும் அனமார்ஃபிக் லென்ஸ் தயாரிப்புகள் வெவ்வேறு சுருக்கும் கணக்கீடு கொண்ட மாடல்களில் கிடைக்கப்பெறுகின்றன.

35 எம்.எம். ஃபார்மட் கொண்ட சென்சார் அளவு என்பது 4:3 என்று கொள்ளலாம். ஆரி அலெக்ஸா சென்சார் ஓபன்கேட் 4:3 அளவு என்பதால் 2x சுருக்கும் கணக்கீடு கொண்ட அனமார்ஃபிக் லென்ஸ் பொருந்துகிறது.

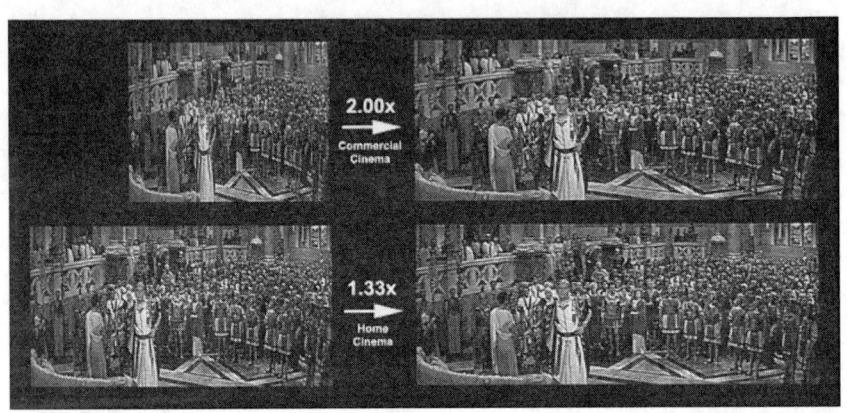

பெரும்பாலான டிஜிட்டல் காமிராவின் சென்சார் விகிதம் 16:9 என்பதால் 1.33x அல்லது 1.35x சுருக்கம் கணக்கீடு கொண்ட அனமார்ஃபிக் லென்ஸ் மாடல்கள் சரியானவையாக இருக்கும்.

ஃபுல் ஃபிரேம் அல்லது 4:3 சென்சார் அளவிற்கு 2x அனமார்ஃபிக் லென்ஸ்களும் சூப்பர் 35 எம்.எம். ஏபிஎஸ்-சி (APS-C) மற்றும் மைக்ரோ 4/3 சென்சார் காமிராவிற்கு 1.33x அல்லது 1.35x சுருக்கும் கொண்ட அனமார்ஃபிக் லென்ஸ்கள் ஏற்றவையாக இருக்கும்.

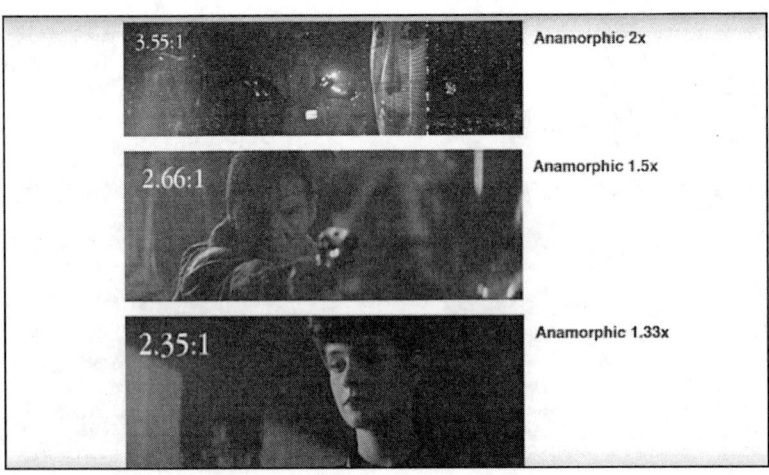

ஆரி மாஸ்டர் அனமார்ஃபிக் லென்ஸ்கள்

ஆரி நிறுவனத்தின் மாஸ்டர் அனமார்ஃபிக் நுட்பமாக தயாரிக்கப்பட்டுள்ள நவீன லென்ஸ்கள் ஆகும். ஃபோகஸ் மாற்றத்தின்போது உள்ள லென்ஸ் சுவாசம் முற்றிலும் தவிர்க்கப்பட்டுள்ளது.

ஒன்பது லென்ஸ்களின் அப்பர்சர் திறப்பு டி ஸ்டாப் 1.9 - 22 வரை. 180 எம்.எம். லென்ஸ் மட்டும் டி ஸ்டாப் 2.8 - 22 வரை.

28, 35, 40, 50, 60, 75, 100, 135 & 180 எம்.எம். ஃபோகல் லென்த்துகளில் மாஸ்டர் அனமார்ஃபிக் லென்ஸ் கிடைக்கிறது.

மாஸ்டர் அனமார்ஃபிக் சுருக்கும் கணக்கீடு x2 ஆகும்.

கோவா அனமார்ஃபிக் லென்ஸ்

1970 மற்றும் 80களில் மிகவும் பிரபலமாக இருந்தவை கோவா அனமார்ஃபிக் லென்ஸ்கள் இவை ஜப்பானியத் தயாரிப்புகள்.

ஒளிப்பதிவாளர்கள் கோவா லென்ஸ்களை விரும்புவதற்கு காரணம் எடையும் அதன் அளவும் சிறியதாக இருப்பதால் ஆகும்.

கோவா லென்ஸ்கள் குறைந்த காண்ட்ராஸ்ட் வகையைச் சார்ந்தது. 32, 40, 50, 75 மற்றும் 100 எம்.எம். ஃபோகல் லென்த்துகளில் தயாரிக்கப்பட்டு வந்தன.

இதன் டி ஸ்டாப் அப்பர்சர் திறப்பு

- 32 எம்.எம். - 2.3 - 22
- 40 எம்.எம். - 2.3 - 22
- 50 எம்.எம். - 2.3 - 22
- 75 எம்.எம். - 2.8 - 22
- 100 எம்.எம். - 3.4 - 22

ஹாக் லென்ஸ்கள் (Hawk lenses)

ஹாக் வி லைட் அனமார்ஃபிக் லென்ஸ்கள் மிகவும் கூர்மையான இமேஜ்களை உருவாக்கும் தன்மை கொண்டவை.

ஹாக் வி லைட் அனமார்ஃபிக் லென்ஸ்கள் இரண்டு சுருக்கும் கணக்கீடு கொண்டு மாடல்களில் தயாரிக்கப்படுகிறது. ஒன்று 2x மற்றும் 1.33x.

2x சுருக்கக் கணக்கீடு ஹாக் லென்ஸ்கள்

- 28
- 35
- 45
- 55
- 65
- 80
- 110
- 140 எம்.எம். ஃபோகல் லென்த்துகளில் 28, 35, 45, 55, 65, மற்றும் 80 எம்.எம். லென்ஸ்களில் டி ஸ்டாப் அப்பர்சர் திறப்பு 2.2 - 22 வரை

110 எம்.எம். - டி ஸ்டாப் 3 - 22 வரை

140 எம்.எம். - டி ஸ்டாப் 3.5 - 22 வரை

1.33x சுருக்கக் கணக்கீடு கொண்ட ஹாக் லென்ஸ்கள்

20, 24, 28, 35, 45, 55, 65, 80, 110, 140 எம்.எம். ஃபோகல் லென்த்துகளில் லென்ஸ்கள் தயாரிக்கப்படுகின்றன.

இதில் 20, 24, 28, 35, 45, 55, 65 & 80 எம்.எம். லென்ஸ்களின் டி ஸ்டாப் திறப்பு - 2.2 - 22 வரை.

110 எம்.எம். - டி ஸ்டாப் 3 - 22 வரை

140 எம்.எம். - டி ஸ்டாப் 3.5 - 22 வரை

கூக் அனமார்ஃபிக் லென்ஸ்கள்

கூக் அனமார்ஃபிக் லென்ஸ்கள் ஐ என்ற எலக்ட்ரானிக் தொழில்நுட்பத்தை பயன்படுத்துவதால் லென்ஸ் டேட்டாக்களான அப்பர்சர் திறப்பு, டெப்த் ஆஃப் ஃபீல்ட், ஃபோகஸ் தூரம் போன்ற முக்கிய தகவல்கள் சேமிக்கப்பட்டு பின்னர் திரைப்படத்தின் பின் தயாரிப்புப் பணியின் போது பயன்படுத்திக் கொள்ளலாம்.

கூக் அனமார்ஃபிக் லென்ஸ்களின் சுருக்க கணக்கீடு 2x 25, 32, 40, 50, 75, 100, 135, 180, 300 எம்.எம். என்ற ஃபோகல் லென்த்துகளில் உள்ளது.

அப்பர்சர் டி ஸ்டாப் திறப்பு 25, 32, 40, 50, 75, 100, 135 எம்.எம். வரை 2.3 - 22 வரை.

180 எம்.எம். டி ஸ்டாப் - 2.8 - 22 வரை

300 எம்.எம். டி ஸ்டாப் - 3.5 - 22 வரை

இதோடு 65 எம்.எம். அனமார்ஃபிக் மேக்ரோ லென்ஸும் உள்ளது.

எஸ்.எல்.ஆர். மாஜிக் அனமார்ஃபிக் லென்ஸ்கள்

எஸ்.எல்.ஆர். மாஜிக் அனமார்ஃபிக் லென்ஸ்கள் விலை குறைந்தவை. சுருக்கக் கணக்கீடு 1.33x வருவதால் சூப்பர் 35 எம்.எம். சென்சார் 23 பொருந்தும்.

இந்த அனமார்ஃபிக் லென்ஸ்கள் பி.எல். இ.எஃப், 4/3 லென்ஸ் மவுண்ட்களில் கிடைக்கப்பெறுகின்றன. 35, 50 மற்றும் 70 எம்.எம். ஃபோகல் லென்த்துகளில் உள்ளன.

எலைட் அனமார்ஃபிக் லென்ஸ்கள்

ரஷ்யத் தயாரிப்பான எலைட் அனமார்ஃபிக் லென்ஸ்கள் விண்டேஜ் லுக் கொண்ட அகன்ற பரப்புள்ள லென்ஸ் வகையாகும். இதனுடைய சுருக்கக் கணக்கீடு 2x ஆகும். 24.5 எம்.எம். 40, 50, 75, 100, 135 எம்.எம். ஃபோகல் லென்த்துகளில் எஸ்-7, எம்.கே.வி. மாடல்களில் தயாரிக்கப்படுகிறது.

24.5 எம்.எம் - டி ஸ்டாப் 2.1 - 22 வரை

40 எம்.எம் - டி ஸ்டாப் 2.2 - 22 வரை

- 50 எம்.எம். - டி ஸ்டாப் 1.9 - 22
- 75 எம்.எம். - டி ஸ்டாப் 1.9 - 22
- 100 எம்.எம். - டி ஸ்டாப் 2.3 - 22
- 135 எம்.எம். - டி ஸ்டாப் 2.8 - 22

சினியோவிஷன் அனமார்ஃபிக் லென்ஸ்கள்

ஜப்பானியத் தயாரிப்பான சினியோவிஷன் அனமார்ஃபிக் லென்ஸ்களை ஹை ஸ்பீட் லென்ஸ்கள் என்று வகைப்படுத்தப்படுவதன் காரணம் அதனுடைய குறைந்த எண் கொண்ட அப்பர்சர் திறப்பு.

25, 35, 50 மற்றும் 80 எம்.எம். ஃபோகல் லென்த்களில் தயாரிக்கப்படுகிறது.

அப்பர்சர் திறப்பு :

- 25 எம்.எம். - டி ஸ்டாப் 1.9 - 22
- 35 எம்.எம். - டி ஸ்டாப் 1.6 - 22
- 50 எம்.எம். - டி ஸ்டாப் 1.4 - 22
- 85 எம்.எம். - டி ஸ்டாப் 1.4 - 22

TEST A - Comparing Spherical and Anamorphic Lenses
S-27
A-50
S-50
A-100
S-75
A-135

*****

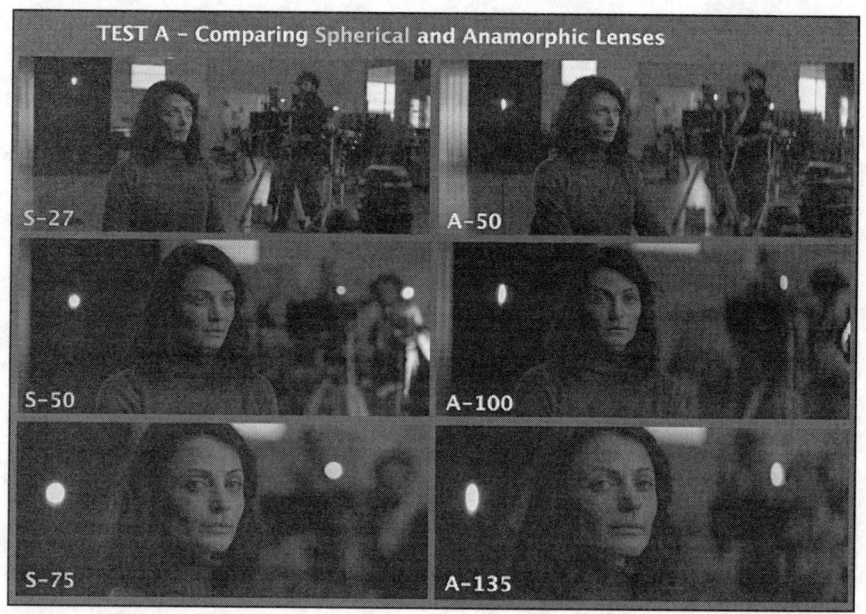

18
சிறப்புப் பயன்பாட்டு லென்ஸ்கள்

சிறப்புப் பயன்பாட்டு லென்ஸ்கள்

டி.எஸ்.எல்.ஆர் மற்றும் சினிமா டிஜிட்டல் காமிராக்களுக்கு பல பிரத்தியேக லென்ஸ்கள் தயாரிக்கப்படுகின்றன.

மேக்ரோ லென்ஸ் (macro lens)

 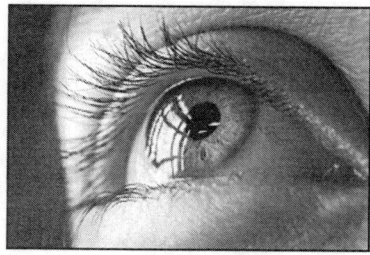

மிகச்சிறிய பூச்சிகள், பூக்கள் அல்லது பொருட்கள் ஆகியவற்றை அருகாமையிலிருந்து படமாக்குவதற்கு மேக்ரோ' லென்ஸ் பயன்படும்.

மேக்ரோ லென்ஸ் கொண்டு படமாக்கும்போது சிறிய அளவிலான கூறுகள் மிகப்பெரியதாக பதிவாகும்.

- 60 எம்.எம். மேக்ரோ லென்ஸ் - பொருட்களை அருகாமையில் இருந்து படமாக்குவதற்கு சிறந்தது.
- 100 எம்.எம். மேக்ரோ லென்ஸ் - சிறிய பூச்சிகள், பூக்கள் பதிவிற்கு ஏற்றது.
- 180 எம்.எம்.மேக்ரோ லென்ஸ் - மிகச்சிறிய பூச்சிகளின் பாகங்களைப் படமாக்குவதற்கு ஏற்றது.

மீன் பார்வை லென்ஸ் (Fish eye lens)

180 டிகிரி பார்வை பரப்பு கொண்டவை மீன் பார்வை ஃபிஷ் ஐ லென்ஸ்கள். பொதுவாக இவற்றை எல்லா நேரங்களிலும் பயன்படுத்த இயலாது.

இவ்வகை லென்ஸ் பார்வைக்கோணம் பிரமிப்பூட்டுவதாக அமையும். இது அல்ட்ரா-வைட் (untra wide) லென்ஸ் என்றும் அழைக்கப்படும்.

இதன் ஃபோகல் லென்த் .5 எம்.எம். முதல் 10 எம்.எம். வரை.

நகர்வு மற்றும் சாயும் லென்ஸ் (Tilt & Shift Lens)

இந்த ஸ்பெஷல் லென்ஸ் காமிராவில் பொருத்தப்பட்ட பிறகு அதை சாய்க்கவும் கொஞ்சம் நகர்த்தவும் முடியும்.

டில்ட் & லிஃப்ட் என்று அழைக்கப்படும் இவ்வகை லென்ஸ்கள், மினியேச்சர் (miniature) வகை ஒளிப்படப்பதிவிற்கும், கட்டடங்களை படமாக்கும் போது அதன் பார்வைக்கோணம் மற்றும் தோற்றத்தை லென்ஸை சாய்த்து நகர்த்தி மாற்றியமைக்க முடியும்.

சூப்பர் டெலி லென்ஸ் (Super tele lens)

நீண்ட தூரம் உள்ளவற்றை குறைந்த டெப்த் மற்றும் பார்வைக்கோணத்தில் படமாக்க சூப்பர் டெலி லென்ஸ் உபயோகப்படுத்தப்படுகிறது.

இதை பயன்படுத்தும்போது நீண்ட தூரத்தில் உள்ள சட்ஜெக்ட்டுகளை க்ளோசப் அளவில் படமாக்க முடியும்.

அபூர்வ பறவைகள், மிருகங்களை துல்லியமாகப் படமாக்க சூப்பர் டெலி லென்ஸ் உதவும்.

இவ்வகை லென்ஸ்களைப் பயன்படுத்தும்போது காமிராவை ட்ரைபாட் அல்லது ஸ்டாண்டில் வைக்க வேண்டும். ஏனென்றால், சூப்பர் டெலி லென்ஸின் எடை அதிகம் (3 கிலோகிராம்).

ஐ.எஸ்.ஓ. அப்பர்சர் மூலம் ஒளி அளவைக்கூட்ட வேண்டும்.

அதாவது, உயர் எண் ஐ.எஸ்.ஓ. மற்றும் குறைந்த எண் கொண்ட அப்பர்சர் திறப்பு பயன்படுத்த வேண்டும்.

600 எம்.எம்., 800 எம்.எம்., 1200 எம்.எம் ஆகியவை சூப்பர் டெலி ரகத்தைச் சார்ந்த லென்ஸ்கள்.

காம்பாக்ட் காமிராக்களில் டி.எஸ்.எல்.ஆர். போல் மாற்றும் லென்ஸ் வசதியில்லை என்றாலும் அதன் நிலையான லென்ஸாக (fixed lens) உள்ள டிஜிட்டல் ஜூம், சூப்பர் டெலி அளவிற்கு இன்றைய நவீன டிஜிட்டல் காமிராக்களில் உள்ளது.

அதை 50 எக்ஸ் (50X), 100 எக்ஸ் (100X) என்று குறிப்பிடப்படுகிறது.

ப்ரோப் லென்ஸ் (probe lens)

ஒரு நீளமான மெலிதான குழாய் வடிவில் தோற்றமளிக்கும் ப்ரோப் லென்ஸ் ஒரு சிறிய துவாரத்தின் வழியாகக் கூட நுழைக்க முடியும். ப்ரோப் லென்ஸ் அமைப்பு மூலம் நேரடியாகவும் அல்லது 90 டிகிரி கோணங்களில் கூட படமாக்க முடியும்.

ப்ரோப் லென்ஸ் மூலமாக சின்னஞ்சிறு அரிசி பருக்கை எறும்புகளைக் கூட துல்லியமாகவும் பதிவு செய்ய முடியும்.

ப்ரோப் லென்ஸ் பெரும்பாலும் விளம்பரப் படங்களுக்குப் பயன்தருகிறது. குறிப்பாக டேபிள் டாப், உணவுப் பொருட்கள், நகைகள், மினியேச்சர் செட்டுகள் ஆகியவற்றை சிறிய காமிரா நகர்வுகளுடன் படமாக்க முடியும்.

சமீபத்திய ப்ரோப் லென்ஸ் முன் பகுதியில் எல்.இ.டி. ஒளி விளக்குகளுடன் வருவதால் அதீத க்ளோசாப் காட்சிகளுக்கு லென்ஸ் மூலமாகவே ஒளியூட்ட முடியும்.

நீர்புகா வண்ணம் பேரல் அமைப்புள்ளதால் தண்ணீர் மேல்பரப்பிலும் லென்ஸ் செலுத்தி ஒளிப்பதிவு செய்ய முடியும்.

ப்ரோப் லென்ஸ்கள் பி.எல். இ.எஃப் மவுண்ட்டுகளில் கிடைக்கிறது.

ப்ரோப் லென்ஸ் அப்பர்சர் திறப்பு F14 முதல் 40 வரை உள்ளதால் நல்ல டெப்த் ஆஃப் ஃபீல்ட் கிடைக்கும் மற்றும் ஒளி அமைக்கும்போது கூடுதல் கவனம் செலுத்த வேண்டும்.

லென்ஸ் பேபி (lens baby)

லென்ஸ் பேபி பயன்படுத்தும்போது இமேஜின் ஒரு குறிப்பிட்ட பகுதி ஃபோகஸில் இருக்கும் மற்றவை மங்கலான கோடுகளாகவும், ஃபோக்கே போல காட்சியளிக்கும் லென்ஸ் பேபி நகரும் பாகங்கள் கொண்டவையால் ஃபிரேமின்

ஒரு பகுதியிலிருந்து இன்னொரு பகுதி காட்சி துல்லியத்தை கலாபூர்வமாக மாற்ற முடியும்.

லென்ஸ் பேபி ஸ்பெஷல் எஃபெக்ட் லென்ஸ் பயன்பாட்டிற்கு உதவும்.

பூச்சியின் பார்வைக் கோணமாக சித்திரிப்பதற்கும் த்ரில் வகை காட்சிப்படுத்துவதற்கும் உதவும்.

விண்டேஜ் லென்ஸ்கள்

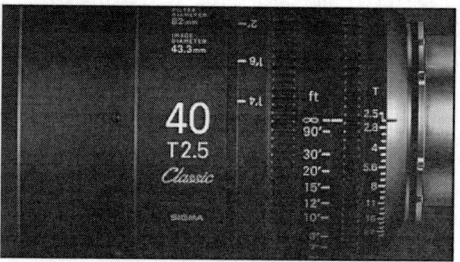

சமீப காலங்களில் பல ஒளிப்பதிவாளர்கள் விஷுவல் ரெட்ரோ ஸ்டைல் உருவாக்க முயற்சித்து வருகிறார்கள். அதை பின் தயாரிப்பு நிறத்திருத்தம் வழி செய்வதை விட காமிரா லென்ஸ் மூலமாகவே செய்வதிலும் ஆர்வம் கொண்டிருக்கிறார்கள்.

பழமையான விஷுவல் தோற்றத்தை நவீன வடிவில் மீண்டும் உருவாக்குவது தான் விண்டேஜ் லுக் என்று கூறப்படுகிறது.

இந்த ரெட்ரோ ஸ்டைல் இமேஜ்களை அடைய அதற்கான விண்டேஜ் லென்ஸ்கள் மிகவும் பிரபலமடைந்து வருகிறது. இதை மனதில் கொண்டு சமீபத்தில் ஸிக்மா க்ளாசிக் சினி லென்ஸ்களை அறிமுகப்படுத்தியுள்ளது.

இவ்வகை லென்ஸ்களில் மேல்பூச்சு மிகவும் குறைவாக வடிவமைக்கப்படும். அதனால் காட்சிகளில் காண்ட்ராஸ்ட் மற்றும் நிறத்தன்மையின் அடர்த்தி சற்று மென்மையாக இருக்கும்.

டியூக்லோஸ், கூக் பேன்க்ரோ, ப்ரைம், ஜூம் சூப்பர் ஸ்பீட் லென்ஸ் ஆகியன விண்டேஜ் லென்ஸ் தயாரிப்பில் முக்கியமானவை.

பெரிய ஃபார்மட் லென்ஸ்கள்

உலகம் முழுவதும் 90 சதவிகிதம் ஒளிப்பதிவு செய்யப்படும் ஃபார்மட் 35 எம். எம். சார்ந்தது,. குறிப்பிட்ட ஒரு சில திரைப்படங்கள் 65 எம்.எம். ஃபார்மட்டில் பிரம்மாண்டமாக உருவாகிறது. மிகச்சமீபத்திய திரைப்படங்கள் தி ரெவனண்ட், டன்க்ரிக், ஹேட்ஃபுல் எயிட் ஆகியன.

ஆரி அலெக்ஸா 65 காமிரா ஃபுல் ஃபிரேம் விட பெரிய அளவு கொண்ட சென்சாரைக் கொண்டுள்ளது. இதற்கு ஏற்றாற்போல் பெரிய ஃபார்மட் அல்லது மீடியம் ஃபார்மட் லென்ஸ்கள் உபயோகிக்கப்படுகின்றன.

65 எம்.எம். ஃபார்மட்டுகளில் படமாக்கும்போது 85 அல்லது 100 எம்.எம். கொண்ட லென்ஸ்கள் நார்மல் லென்ஸ் ஆகிறது. இதனால் திரையில் 100 எம்.எம். உரிய இமேஜ் அளவும் அதே போல் 35 எம்.எம். ஃபார்மட்டில் 50 எம்.எம். லென்ஸுக்குரிய கவரேஜும் கிடைத்துவிடும். 65 எம்.எம். ஃபார்மட்டுகளுக்குரிய லென்ஸ்களை ஆரி பேனாவிஷன், லீக்கா-தாலியா நிறுவனங்கள் பிரத்யேகமாகத் தயாரிக்கிறது. 65 எம்.எம். ஃபார்மட்டுக்குரிய லென்ஸ்கள் வாடகைக்கு மட்டுமே கிடைக்கும், விற்பனைக்கு அல்ல.

ஸ்மார்ட் ஃபோன் லென்ஸ்கள்

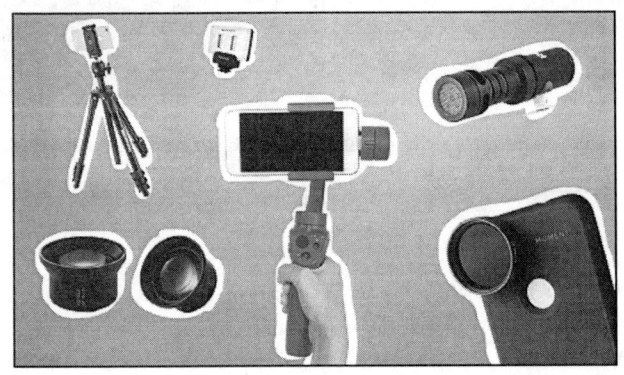

தற்போது ஸ்மார்ட் ஃபோன்கள் மூலமாக அதிக ரெசல்யூஷன் கொண்ட விடியோக்களை பதிவு செய்ய முடியும். ஃபுல் ஹெச்.டி. 4 கே வரை விடியோ ரெக்கார்டிங் தேர்வு உள்ள ஃபோன்கள் எளிதாகக் கிடைக்கின்றன.

ஆனால் ஸ்மார்ட் ஃபோன்களில் உள்ள சென்சார் அளவு மிகவும் சிறியது. எனினும் அதற்கேற்றவாறு ஒளியமைப்பு செய்து திரைப்படத்தை உருவாக்கும் முயற்சியில் சிலர் வெற்றி பெற்றுள்ளார்கள்.

பொதுவாக, ஸ்மார்ட்ஃபோனில் இருக்கும் லென்ஸ் பார்வை பரப்பில் மாற்றம் செய்ய இயலாது. தற்போது ஸ்மார்ட் ஃபோனில் லென்ஸ்களைப் பொருத்தி பதிவு செய்வதற்கு ஏற்றவாறு லென்ஸ்கள் கிடைக்கின்றன.

வைட், நார்மல், டெலி ஆகிய ஃபோகல் லென்த்துகளில் உள்ளன.

புதிய கண்டுபிடிப்புகள் புதிய கதவுகளைத் திறப்பது தொழில்நுட்ப வளர்ச்சியில் இன்றியமையாதது. அப்படி ஒரு புதிய தொழில்நுட்பம் தான் சோனி நிறுவனத்தின் க்யூ.எக்ஸ்.100 மற்றும் க்யூ.எக்ஸ்.10 (QX 100 & QX10) லென்ஸ். செல்ஃபோனில் இந்த லென்ஸை பொருத்தி சிறந்த புகைப்படங்களையும் தரமான விடியோ காட்சிகளையும் பதிவு செய்யும் வாய்ப்பை இது அளித்துள்ளது.

க்யூ.எக்ஸ்.100 (QX 100)

இந்த அதி நவீன லென்ஸை எந்த ஆண்ட்ராய்ட் செல்ஃபோனிலும் நேரடியாக இணைத்து காட்சிகளை பதிவு செய்யலாம். பொதுவாக நவீன செல்ஃபோன்களில் உள்ள காமிராவைக் கொண்டு நேரடியாக பதிவு செய்யும் காட்சிகள் மிகவும் குறைந்த அளவு கொண்ட சென்சார் மூலம் படமாக்கப்படுவதால் குறைந்த ஒளியில் தரமான காட்சிகளை பதிவு செய்ய இயலாது.

க்யூ.எக்ஸ்.100 லென்ஸானது காமிராவில் உள்ள சென்சார் மற்றும் காட்சிகளை பதிவு செய்யும் தொழில்நுட்பங்கள் கொண்ட அமைப்புடன் வடிவமைக்கப்பட்டுள்ளது.

க்யூ.எக்ஸ்.100 லென்ஸ் - 1 இன்ச் எக்ஸ்மோர் சி.மோஸ் (Exmor cmos sensor) சென்சார் கொண்டுள்ளதால் குறைந்த ஒளியில் தரமான காட்சிப்பதிவு செய்யலாம். இந்த லென்ஸை எந்த நவீன செல்ஃபோனுடன் பொருத்தினாலும் அது ஒரு டி.எஸ்.எல்.ஆர். காமிராவாகவே செயல்படும்.

க்யூ.எக்ஸ்.100 லென்ஸ் செல்ஃபோன் தொழில்நுட்பத்தால் மிகவும் பரபரப்பான சாலையிலும், குறுகிய இடங்களிலும் கூட லென்ஸை தனியாக கழற்றிவிட்டு அதை தேவையான இடத்தில் பொருத்தி சற்று தூரத்திலிருந்தே செல்ஃபோன் வை ஃபை (Wi-Fi) மூலம் காட்சிகளை பதிவு செய்யலாம்.

உதாரணம்: மரத்தின் மீதோ, ஜன்னல் கம்பிகளுக்கிடையிலோ அல்லது காமிரா நுழைய சிரமமான எந்த இடத்திலும் சிறிய அளவிலான இந்த லென்ஸை பொருத்தி இந்த முறையில் காட்சி பதிவு செய்யலாம்.

ஸ்போர்ட்ஸ் மற்றும் ஆக்ஷன் ஃபோட்டோகிராஃபியில் இந்த தொழில்நுட்ப முறை மிகவும் பயன்படும்.

லென்ஸ் - 28 எம்.எம்.மிலிருந்து 100 எம்.எம். வரை ஜூம் உள்ளது.

இவ்வகை லென்ஸ்களை ஐ.ஃபோன் சோனி எக்ஸ்பீரியா சாம்சங் ஆகிய மாடல்களில் பொருத்தி காட்சிகளை பதிவு செய்வது பிரபலமாகி வருகிறது.

பதிவு செய்யப்பட்ட விடியோ காட்சிகளையோ, புகைப்படத்தையோ ஃபேஸ்புக், ட்விட்டர், யூ-ட்யூப் போன்ற சமூக வலைதளங்களில் எளிதாக பதிவேற்றம் செய்யலாம்.

க்யூ.எக்ஸ்.10 என்ற மற்ற மாடல்களிலும் வருகிறது. க்யூ.எக்ஸ்.10 - சென்சார் அளவு 1/2.3 இன்ச்.

*****

வெளிநாடுகளில் பிரபலமாக இருக்கும் சினி லென்ஸ்கள்

- பேனாவிஷன்
- லீட்ஸ்
- தாலியா
- சுமிலிக்ஸ் - சி
- சுமிக்ரான் - C
- வேய்ட்ரா

லென்ஸில் கவனிக்க வேண்டியவை

- குறைந்த அப்பர்சர் எண்
- குறைந்தபட்ச ஃபோகஸ் தூரம்
- லென்ஸின் எடை
- லென்ஸின் முன் விட்டம்
- லென்ஸின் இமேஜ் வட்டம்
- லென்ஸ் மவுண்ட்

*****

Composition
காம்போசிஷன்

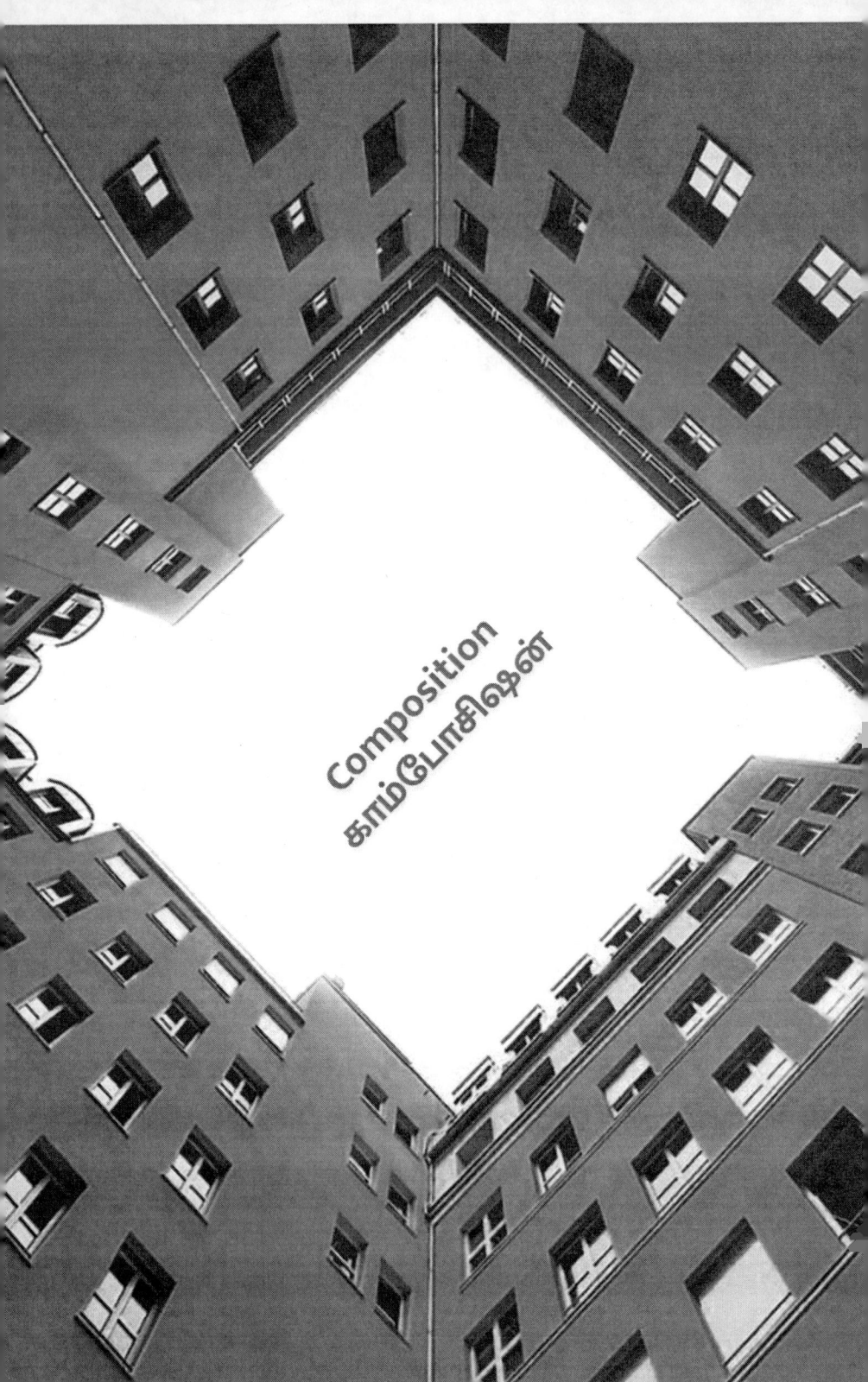

1
அடிப்படை விதிகள்

அடிப்படை விதிகள்

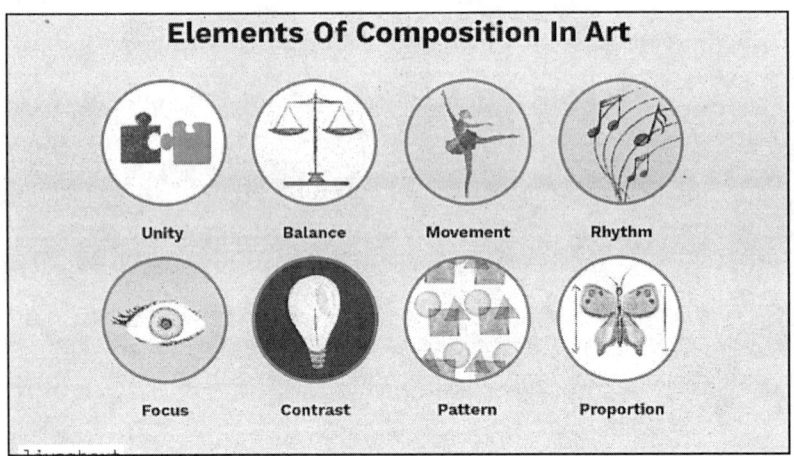

காம்போசிஷன் என்கிற காட்சி கட்டமைப்பு சிறப்பாக அமைவதற்கான வழிமுறைகள் ஓவியங்களின் அடிப்படையிலேயே உருவாக்கப்பட்டுள்ளது.

விஷுவலை பார்க்கும்போது கண்கள் எதை நோக்கி ஈர்க்கப்படுகிறது அல்லது எதை தொடர்ந்து சென்று நிலைத்து கவனம் பெறுகிறது என்பது முக்கியம். அதன் மதிப்பீடுதான் நல்ல காம்போசிஷனா இல்லையா என்பதாகும்.

ஸ்டில் ஃபோட்டோகிராஃபி மற்றும் திரைப்பட ஒளிப்பதிவிற்கான காம்போசிஷன் அடிப்படை ஒன்றாக இருப்பினும் இரண்டிற்குமான நோக்கம் மற்றும் பார்வையாளர்களும் மாறுபடவே செய்கிறது.

திரைப்பட ஒளிப்பதிவிற்கான காம்போசிஷன் நகர்வுகளின் அடிப்படையில் இயங்குகிறது. நேரம் மற்றும் காலத்தை சுருக்கவும் விரிவடையவும் முன்னோக்கியும் பின்னோக்கியும் கதைக்கு ஏற்றவாறு செலுத்தப்படுகிறது. ஆனால் ஸ்டில் ஃபோட்டோகிராஃபியில் நேரம் மற்றும் காலம் (freezing the moment) உறையவைக்கப்படுகிறது.

- கண்களுக்கும் லென்ஸுக்கும் இருக்கும் ஒற்றுமையும் வேற்றுமையும்.
- பார்க்கும் ஒவ்வொரு கூறுகளையும் விஷுவல் சின்னமாக அடையாளப்படுத்தும் திறன்.

1. கோடுகள் (lines)
2. தொனி (tone)
3. வடிவம் (shape)

கோடுகள் (Lines)

காட்சி கட்டமைப்பை மேம்படுத்த கோடுகளின் பயன்பாட்டை சரியாக பயன்படுத்த வேண்டும். கோடுகள் பார்வையாளனின் மனநிலையை (mood of a picture) உருவாக்குகிறது. அதேபோல கண்களை ஃபிரேமில் உள்ள கூறுகளுக்கு வழிநடத்திச் செல்லவும் (leading the eye) செய்கிறது. அதன் மூலம் பார்வையாளர்களின் உணர்வைத் தூண்டவும் அப்படத்தின் மீது கவனம் பெறவும் உதவுகிறது.

பொதுவாக கோடுகள் பல வகைகளாக அறியப்படுகின்றன.

கிடைமட்டக் கோடுகள் (Horizontal lines)

சட்டகத்தில் கிடைமட்டக் கோடுகள் ஓர் அமைதியான (quietness) திடநிலையை (stability) உருவாக்கும்.

உதாரணம்: தூரத்து மலைத்தொடர்கள், சமவெளி, பரந்து விரிந்துள்ள கடல் பிரதேசம்.

பொதுவாக கிடைமட்ட கோடுகளை சட்டகத்தின் நடுப்பகுதியில் கம்போஸ் செய்யக்கூடாது.

ஏனெனில், சட்டகத்தை சரி பாதியாக (இரண்டாக) பிரிக்கும்போது கவனம் ஒற்றை இலக்கை நோக்கி செல்லாது.

செங்குத்தான கோடுகள் (Vertical lines)

செங்குத்தான கோடுகள் கிடைமட்டக் கோடுகளைப்போல அமைதி மற்றும் உறுதியான நிலைப்பாட்டை உருவாக்கக்கூடிய அமைப்புதான். இதில் முக்கிய அம்சம், செங்குத்தான கோடுகள் உயரத்தை சட்டகத்தில் குறியீடாக அமைக்க உதவுகிறது.

உதாரணம்: மின்சாரக் கம்பங்கள், கட்டடங்கள், தூண்கள், மரங்கள் ஆகியன.

சட்டகத்தில் செங்குத்தான கோடுகள் தனிமையை உணர்த்தவும் பயன்படும். சட்டகத்தின் ஓரத்தில் தனிமையாக இருக்கும் ஒற்றை மரத்தை உதாரணமாகக் கூறலாம்.

மூலைவிட்டக் கோடுகள் (Diagonal lines)

சட்டகத்தில் இக்கோடுகளை அமைத்தால் அதன் கூறுகள் (elements) ஒருவித வேகத்தை உணர்த்துவதற்கும், மேல்நோக்கியோ அல்லது கீழ்நோக்கியோ செல்லும் பயணத்தை உணர்த்தும் விதமாகவும் பயன்படும்.

உதாரணம்: வீதிகள், மரக்கிளைகள்.

வளைவுக்கோடுகள்

நேர்க்கோடுகளை விட மேன்மையானது வளைவுக்கோடுகள். அவை இரண்டு புள்ளிகளுக்கு நடுவே அழகாக வளைந்து இணைப்பை ஏற்படுத்தக்கூடியது.

இக்கோடுகள் சிறிய வளைவுகள் மூலம் மென்மையான உணர்வையும், பெரிய வளைவுகள் மூலம் உந்துதல் உணர்வையும் ஏற்படுத்தக்கூடியவை.

உதாரணம்: மலைப்பாதையில் உள்ள சாலைகள் மற்றும் ரயில்பாதைகள்.

எஸ் (S) வளைவுகள் மிகவும் பிரபலமானவை.

கலவைக்கோடுகள் (Zig Zag lines)

கலவைக்கோடுகள் என்பது இரண்டு மூலைவிட்டக்கோடுகள் இணையும்போதோ அல்லது நேர்க்கோடுகள் வளைவுக்கோடுகள் இணையும்போதும் கலவைக்கோடுகள் மூலம் எதிர்பாராத தன்மையை அடைய முடியும்.

பிளவுக்கோடுகள் (Dividing lines)

காம்போசிஷனில் பிளவுக்கோடுகள் மூலம் இட எல்லையை (space) உருவாக்க முடியும்.

சமநிலைக்கோடுகள் (contour lines)

இக்கோடுகள் மூலம் நாம் படமாக்கப்போகும் கூறுகளின் விளிம்பு நிலைத்தோற்றத்தை உருவாக்க முடியும்.

இவ்வகை கோடுகள் சிறந்த அழகியல் சார்ந்த பதிவாகும். குறிப்பாக, இக்கோடுகள் சமவெளி அமைப்பு கொண்டவாறு இடத்தையோ அல்லது கூறுகளையோ தேர்வு செய்தால் படம் மிகவும் நுட்பமாக அமையும்.

வடிவம் (shape)

நாம் பதிவு செய்தவற்றில் உள்ள கூறுகளின் (elements/subjects) இணைப்பே வடிவமாக உருவாகிறது அல்லது உருவாக்க வேண்டும்.

நாம் படமாக்கும் பொருட்கள் அல்லது மனிதர்களின் முகம், செயல்பாடு ஆகியவை ஏதோ ஒரு வகையில் வடிவம் பெறவேண்டும். அப்படி ஒரு அமைப்பை அடையும்போது சாதாரண நிலையிலிருந்து அப்படம் கவனம் பெறும் கலைப்படமாக மாறுகிறது.

நாம் பார்க்கும் காட்சிகள் அதை சட்டகத்தில் கட்டமைக்கும்போது ஏதோ ஒரு வடிவம் பெற பல விஷுவல் கூறுகளை நாம் இணைக்க முற்பட வேண்டும். அது கோடுகளின் இணைப்பாகவும் இருக்கலாம்.

காம்போசிஷனில் மூன்று வடிவங்கள் பிரபலமாக அறியப்படுகிறது.

- முக்கோணம்.
- வட்டம்.
- எல் (L).

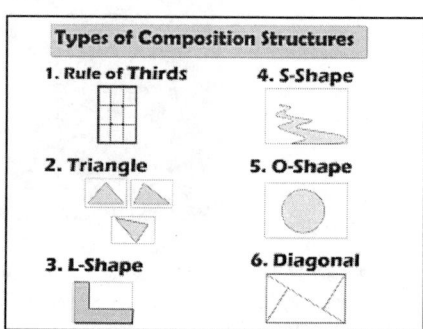

காட்சி கட்டமைப்பில் (composition) முக்கோண அமைப்பு ஸ்திரத்தன்மையை அளிக்கிறது.

காமிராவிலிருந்து முன்னே பார்க்கும்படி உள்ள முக்கோண அமைப்பு அமைதியையும், பயணம் மற்றும் தனிமையையும் உணர்த்தும்.

அதே முக்கோண அமைப்பு காமிராவை பார்த்தவண்ணம் உள்ளவை, பரபரப்பு, வேகம் மற்றும் சாதுர்யத் தன்மையைக் கொடுக்கும்.

மூன்று கதாபாத்திரங்கள் இருக்கும்போது ஃபிரேமில் சரியான இடைவெளியில் கம்போஸ் செய்தால் முக்கோண வடிவம் இயல்பாகவே பெற முடியும்.

இரு கதாபாத்திரங்கள் இருந்தால் ஒருவர் உயரமாகவும் மற்றவர் சற்று குறைவான உயரத்தில் வைத்து கம்போஸ் செய்தால் முக்கோணத்திற்கான ஃபிரேமிங் அமையும். முக்கோண வடிவம் வலிமையானது. கண்களை மேல்நோக்கி வழி நடத்தும்.

வட்டம் (circle)

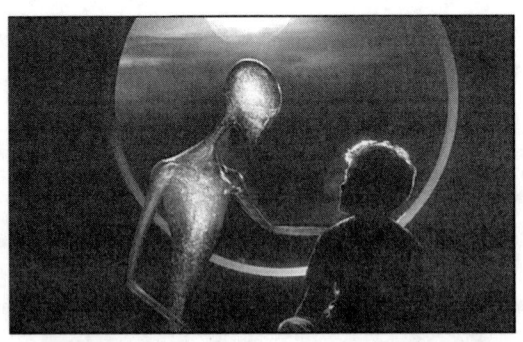

முக்கோணம் போலவே வட்ட அமைப்பில் காட்சிகளை பதிவு செய்வது சிறப்பு வாய்ந்ததாகும். காரணம், அக்காட்சிக்கு வட்ட அமைப்பு டெப்த் கொடுக்கிறது. அதோடு, நிலையான தன்மையையும் அளிக்கிறது.

உலகக் கண்டுபிடிப்புகளில் மிக முக்கியமானது சக்கரம். அதற்குப் பிறகே வாழ்வியல் பயணிக்கத் தொடங்கியது. வட்ட வடிவம், சக்கரம், முகம், சூரியன், நிலா, சூரியகாந்தி பூக்கள், குழாய் ஓட்டை, குகைகள் இப்படியான பல்வேறு கூறுகளுடன் ஒப்பிடலாம்.

திரை காம்போசிஷனில் வட்ட வடிவம் பயன்படுத்தப்படும்போது ஒரு சுழற்சி, ஒற்றுமை ஆகியவற்றைக் குறிக்கலாம்.

எல் (L)

கிடைமட்ட கோடு மற்றும் செங்குத்தான கோடுகள் இணையும்போது ஆங்கில எழுத்தான எல் (L) வடிவத்தில் காட்சி அமைக்க முடியும்.

எல் வடிவம் சமவெளி பதிவிற்கு அதிகமாகப் பயன்படுத்தப்படுகிறது.

மனிதன் ஒரு கம்பத்தில் சாய்ந்து உட்காரும் வகையிலான பதிவில் எல் வடிவத்தை உணரலாம்.

எல் வடிவத்தின் மூலம் வளர்ச்சி, தனிமை, தூரம், டெப்த் ஆகியவற்றை பார்வையாளர்களுக்கு உணர்த்தலாம்.

எஸ் (S)

ஆங்கில எழுத்தான எஸ் வடிவத்தில் கம்போஸ் செய்யும்போது பார்வையாளர்களை நாம் தேர்வு செய்யும் கூறுகளுக்கு இட்டுச் செல்லும்.

எஸ் வடிவ காம்போசிஷன் மூலம் பார்வையாளர்களின் மனதில் பயணங்களைப் பதிய வைக்கலாம். குறிப்பாக, டாப் ஆங்கிளில் படமாக்கும்போது மலைப்பாதை சாலைகள், பாலைவனத்தின் பரப்புகள், நீர்ப்பாதைகள் இப்படியான உதாரணங்களைக் கூறலாம்.

குழு வடிவம் (Group shape)

குழு வடிவம் அதிகமாக டாப் ஆங்கிள் பதிவுகளில் குழுவாக வரிசையாக ஓர் ஒழுங்கு முறையில் வடிவமைக்கப்படும் போது மிகச்சிறப்பான கட்டமைப்பைப் பெறுகிறது.

உதாரணம்: சட்டகத்தின் இடது ஓரத்தில் நான்கு பேர் நிற்பதும் வலது புறத்தில் இரண்டு பேர் அவர்களைப் பார்க்கும் விதமாக அமைக்கும்போது சிறந்த தோற்றத்தை உருவாக்க முடியும்.

தொனி கட்டமைப்பு (Tone in composition)

தினசரி வாழ்க்கையில் நிறங்களும் (colors) அதன் தொனியும் (tone) பல உணர்வுகளை பிரதிபலிக்க உதவுகிறது.

உதாரணம்: வெண்மை அமைதிக்கும், சிவப்பு நிறம் அபாயம் அல்லது கவனம் பெறவும், பச்சை நிறம் வளர்ச்சி சம்பந்தமாகவும் உணரப்படுகிறது.

பொதுவாக, நிறங்களின் மூலம் சொல்லப்படும் உணர்வுகளோ அல்லது செய்திகளோ ஒவ்வொரு நாடு அல்லது இடத்திற்கு தகுந்தவாறு வேறுபடவும் செய்கிறது.

நிறம் எப்படி உணர்வுகளை தூண்டுகிறதோ அதே போல தொனி (tone) மூலம் ஒளிப்படத்தில் உள்ள அமைப்பை தீவிரப்படுத்தவும் சாந்தப்படுத்தவும் முடியும்.

ஓர் ஒளிப்படத்தில் பல அளவுகோல்களில் தொனி இருந்தால் நம் கண்கள் அதில் ஒன்று மென்மையான தொனிக்கோ அல்லது இருண்ட தொனிக்கோதான் கவனம் செல்லும்.

தொனியானது வெண்ணிற அமைப்பிலிருந்து வெளிச்சப்பகுதியாகவும், சாம்பல் நிறப்பகுதியாகவும் பிறகு ஆழமான நிறங்கள் (deep colors) கொண்ட பகுதியாகவும் பிரித்துக் கொள்கிறது.

தொனியை சிறப்பாகக் கையாள்வதற்கு ஒளிப்பதிவில் வெளிச்சப்பகுதியையும் இருண்ட பகுதியையும் கட்டமைப்பதே ஆகும்.

உதாரணம்: இருண்ட பகுதி அதிகம் உள்ள இடத்தில் ஒரு வெளிச்சக்கீற்று பாய்வதை பதிவு செய்வது.

பாங்கு (pattern)

மீண்டும் மீண்டும் கோடுகளோ, வடிவங்களோ, வண்ணங்களோ தொடர் வரிசையில் பதிவு செய்யும்போது ஓர் அற்புதமான பாங்கு உருவாகிறது.

இவை இயல்பிலேயே நாம் காணமுடியும். சில சமயம் அலங்கரிக்க நாம் உருவாக்குவது வழக்கம். ஃபிரேமில் ஒன்றன்பின் ஒன்றாக அணிவகுப்பதை அது பொருளோ, மனிதர்களோ பாங்கு, காம்போசிஷன் நல்லிணக்கம், மாறுபாடு, நகர்வுகள் போன்ற உணர்வுகளை பாங்கு காம்போசிஷனில் பெறமுடியும்.

மிகவும் அசத்தலான பதிவுகளை பேட்டர்ன் எனப்படும் பாங்கு வகையில் படமாக்கப்படும் காட்சிகள் எளிதாக ஆச்சர்யத்தில் ஆழ்த்தி விடுகிறது.

1/3 விதி

உங்கள் சட்டகத்தை ஒன்பது சம பாகங்களாக இரண்டு கிடைமட்ட கோடுகளாலும், செங்குத்தான கோடுகளாகவும் பிரிக்கும் போது நான்கு இணைப்பு புள்ளிகள் உருவாகும். நாம் படமாக்கும் காட்சிகளில் உள்ள முக்கிய கூறுகளை இந்த இணைப்பு புள்ளியில் இருக்குமாறு கட்டமைத்தால் அது சிறந்த ஒளிப்படமாக வலுப்பெறும் / அமையும்.

1/3 விதியை கடைப்பிடிக்க முக்கியமான அம்சம் அடிவானத்தின் கோடுகளையோ அல்லது தொடுவானத்து கோடுகளையோ, சட்டகத்தின் மேல் அல்லது கீழ்ப்பகுதியில் அமைக்க வேண்டும்.

சட்டகத்தின் நடுப்பகுதியில் இக்கோடுகள் வந்தால் கவனம் சிதற வாய்ப்புண்டு.

1/3 விதியானது ஓவியத்திலிருந்தே ஒளிப்படக்கலைக்கு வந்துள்ளது. 1797ஆம் ஆண்டில் இவ்விதியை உருவாக்கியவர் ஜான் தாமஸ் ஸ்மித் ஆவார்.

ஓர் ஓவியத்தில் இரண்டு சமமான கூறுகள் இருக்கக்கூடாது. ஒன்றே பலப்பட்டிருக்க வேண்டும், மற்றவை இதற்கு உறுதுணையாக அமைய வேண்டும் என்பதே அவருடைய கருத்தாகும்.

ஒளிப்படக்கலையிலும் / திரைப்பட ஒளிப்பதிவிலும் இன்றுவரை அது முக்கியமான கட்டமைப்பாகக் கடைபிடிக்கப்பட்டு வருகிறது.

பொதுவாக மனிதர்கள் உட்பட செங்குத்தான கூறுகள்தான் அகன்ற ஃபிரேமில் திரை ஒளிப்பதிவிற்கு கம்போஸ் செய்ய வேண்டியதாகிவிடுகிறது. ஆனால் ஃபிரேமில் சரியான புள்ளியில் விஷுவலுக்குத் தேவையான அம்சங்களை கட்டமைக்க வேண்டியதாகிவிடுகிறது. அதற்கு 1/3 விதியே முக்கியமானது. எளிதாக பார்வையாளர்களின் கவனத்தை சரியான புள்ளியில் இணைக்க முடியும்.

1/3 விதியைக் கொண்டு பதிவு செய்யும்போது நாம் படமாக்கும் பொருளோ, இடமோ ஏதோ ஒன்றின்மீதுதான் முழு கவனம் பெற வேண்டும். மற்ற அம்சங்களை அதற்கு துணை நிற்குமாறு கட்டமைக்க வேண்டும்.

தங்கச் சுழல் விதி (Golden spiral rule)

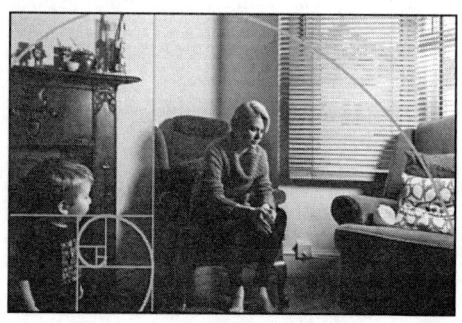

சட்டகத்தில் இவை ஒரு செவ்வக அமைப்பாக ஆரம்பிக்கிறது. அதன் அகலம் மற்றும் உயரத்தின் அளவுகோல் தான் தங்க விகிதமாகக் (golden ratio) கணக்கிடப்படுகிறது. பின்னர் அதே செவ்வகத்தை சதுரமாகப் பிரிக்கும்வண்ணம் உருமாறி கடைசியில் சட்டகத்தின் மூலையில் கால்வட்டமாகச் சுழல்கிறது.

இயற்கையை ஆராய்ந்து லியானர்டோ ஃபிபோநாச்சி என்பவர் தங்கச்சுழல் அமைப்பை கண்டறிந்தார். இந்த அமைப்பை ஓர் ஒளிப்படத்தில் எளிதாக வடிவமைக்க சற்று பயிற்சி தேவைப்படும்.

பல அடுக்குகள் கொண்டது தங்கச்சுழல் அமைப்பு.

சட்டகத்தில் பல அடுக்குகளாக 1/3 பங்கு தொடர்ந்து பிரித்தால் ஒரு பகுதியில் சிறிய சுழலாக முடியும்.

ஃபிரேமில் ஒரு சிறிய கூறுகளை தங்கச்சுழல் பகுதியில் வைத்து ஆரம்பித்து அப்படியே மற்ற அனைத்து விஷயங்களையும் இவ்விதியைப் பயன்படுத்தி கம்போஸ் செய்யும்போது எளிதாக இணைக்கலாம்.

சினிமா ஒளிப்பதிவு காட்சி வடிவங்களால் உருவாக்கப்படுகிறது. காட்சிகளானது பல ஷாட்டுகளின் கோர்வையால் உருவாக்கப்படுகிறது.

*****

EXTREME LONG SHOT
XLS

VERY LONG SHOT
VLS

LONG SHOT
LS

MEDIUM LONG SHOT
MLS

2
ஷாட்டுகள்

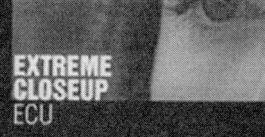

D SHOT

MEDIUM CLOSEUP
MCU

BIG CLOSEUP
BCU

SEUP

EXTREME CLOSEUP
ECU

ஷாட்டுகள்

காமிராவில் லென்ஸ் மூலமாக கம்போஸ் செய்து குறுக்கீடில்லாமல் பதிவு செய்வதை காமிரா ஷாட் என்று சொல்லப்படுவதோடு அதற்கான அளவுகோல் நிர்ணயிப்பதில் பல்வேறு ஷாட்டுகளாக அறியப்படுகிறது

ஒரு திரைப்படம் பல்வேறு ஷாட்டுகளின் அணிவகுப்பில் தான் உருவாகிறது. படத்தொகுப்பின் மூலம் திரைமொழியாகிறது.

பல ஷாட்டுகள் காட்சிகளாகின்றன. பல காட்சிகள் சீக்வென்ஸ் ஆகிறது.

திரைப்பட ஆக்கம் விசித்திரங்கள் நிறைந்தது. ஒரு ஷாட் மூலமாகவே முழு திரைப்படமாக உருவாகியும் உள்ளது.

பல சீக்வென்ஸ் இணைப்பில் ஒரு ஷாட் போல தோற்றம் அளித்தது தான் சமீபத்திய ஆஸ்கர் விருது வென்ற 1917 திரைப்படம்.

எக்ஸ்ட்ரீம் லாங் ஷாட்

ஒரு காட்சியை விவரிப்பதற்காக லொகேஷனின் முழு பரப்பை படமாக்குவதற்கு எக்ஸ்ட்ரீம் லாங் ஷாட் பயன்படுத்துவார்கள். இதில் கதாபாத்திரங்களின் அளவை விட லொகேஷனின் விவரங்கள் தான் முக்கியமாகிறது.

உதாரணமாக, அடுக்குமாடிக் கட்டடத்தில் கதை நிகழ்வதாக இருப்பின் அக்கட்டடம் எங்கே உள்ளது என்பதை அதன் சுற்றுச்சூழலை விளக்குவதற்கு எக்ஸ்ட்ரீம் லாங் அல்லது வைட் ஷாட் பயன்படுத்தப்படுகிறது.

லாங் ஷாட் / வைட் ஷாட்

தூரப்பார்வை அடிப்படையில் கம்போஸ் செய்வதுதான் வைட் ஷாட்டாகும். கதாபாத்திரத்தின் அடிப்படையில் கம்போஸ் செய்தால் லாங் ஷாட் என்பது அவர்களுடைய முழு உருவத்தையும் பதிவு செய்வதாகும்.

லாங் ஷாட் மூலம் கதாபாத்திரங்களின் உயரம், காட்சிக்கான உடல்மொழி ஆகியவற்றை உணரலாம்.

மீடியம் லாங் ஷாட்

அதே தூரப்பார்வை அடிப்படையில் தரைப்பகுதி மற்றும் கதாபாத்திரங்களின் கால் பகுதியை தவிர்த்து கம்போஸ் செய்வதற்கு மீடியம் லாங் ஷாட் உதவும். ஒளிப்பதிவாளர் ரோஜர் டீக்கின்ஸ் அதிகம் மிட் லாங் ஷாட்டை விரும்புபவர்.

கதாபாத்திரங்களின் முக்கால் பகுதியை, (அதாவது முழங்கால் வரை) அதன் சுற்றுப்புறத்துடன் படமாக்க மீடியம் லாங் ஷாட் சிறந்தது.

மீடியம் ஷாட்

மீடியம் ஷாட்டை ஆல்ரவுண்டர் என்றே திரை ஒளிப்பதிவு கம்போசிஷனில் கூறுவார்கள்

ஒன்றுக்கு மேற்பட்ட கதாபாத்திரங்களைப் பதிவு செய்வதற்கும் பார்வையாளர்களை ஒரு மத்திய தூரத்திலிருந்து பார்க்கும் உணர்வை ஏற்படுத்துவதற்கும் மிட் ஷாட் உதவும். ஹாலிவுட்டில் டூ ஷாட் என்பார்கள். மீடியம் ஷாட்டில் இரண்டு கதாபாத்திரங்களின் உரையாடலை தலை முதல் இடுப்பு வரை வைத்து கம்போஸ் செய்யலாம். டெலிவிஷனுக்காக எடுக்கப்படும் படைப்புகளுக்கு அதிகம் மீடியம் ஷாட்டை பயன்படுத்துவார்கள்.

ஹாலிவுட் திரைப்படங்களில் சில முக்கிய இயக்குநர்கள் காட்சியை மீடியம் ஷாட்டில் ஆரம்பித்து அடுத்து லாங் ஷாட்டிற்குச் செல்வார்கள். அதன் மூலம் ஓர் ஆச்சர்ய உணர்வை பார்வையாளர்களுக்கு அளிப்பார்கள்.

மீடியம் க்ளோசப் ஷாட்

மனிதனின் தலைப்பகுதியிலிருந்து மார்பு வரை கம்போஸ் செய்து எடுக்கப்படும் க்ளோசப் ஷாட்தான் மீடியம் க்ளோசப். இதில் கதாபாத்திரங்களின் மேலாடை பற்றிய விவரங்கள், கழுத்துப்பகுதியில் உள்ள அணிகலன்கள் ஆகியவற்றை பதிவு செய்ய வாய்ப்புண்டு.

கதாபாத்திரங்களை அருகாமைப் பார்வையில் ஃபிரேமில் சிறிய அசைவுகளுடன் பதிவு செய்ய வேண்டும் என்றால் மீடியம் க்ளோசப் ஷாட் தான் உகந்தது.

க்ளோசப் ஷாட்

திரைப்படத்தின் முக்கியமான ஷாட்டுகளில் ஒன்று க்ளோசப் ஷாட். அதை மிகவும் கவனமாகக் கையாள வேண்டும். அதிகமான க்ளோசப் ஷாட்டுகளை பயன்படுத்தினாலும் பார்வையாளர்களுக்கு அலுப்பு ஏற்படும்.

உப்பைப் போல மிகவும் தேவை அறிந்து க்ளோசப் ஷாட்டை பயன்படுத்த வேண்டும்.

ஃபிரேமின் எண்பது சதவிகித பகுதியை மனிதனின் முகமோ அல்லது பொருளோ ஆக்கிரமித்துக்கொள்ளும். க்ளோசப் ஷாட்டுகளை தலைமுதல் கழுத்துவரை கம்போஸ் செய்யலாம்.

கதாபாத்திரங்களின் மௌனத்தை உணர்த்தவும் அவர்களுடைய ரியாக்ஷன்களை பதிவு செய்யவும் க்ளோசப் ஷாட் மிகவும் சிறந்தது.

சோக்கர் க்ளோசப் ஷாட்

கதாபாத்திரங்களின் கண்களுக்கு சற்று மேல் உதட்டிற்கு சற்று கீழே வரை கம்போஸ் செய்யப்படும் ஷாட்தான் சோக்கர் க்ளோசப். இதில் தலைமுடி மற்றும் கழுத்துப்பகுதி இடம்பெறாது.

சோக்கர் க்ளோசப் ஷாட்டுகளை உபயோகிக்கும்போது பார்வையாளர்களுக்கு கதாபாத்திரத்தின் கண்கள் மற்றும் உதட்டிற்கு முழு கவனம் செல்லும்.

பெரும்பாலும் சஸ்பென்ஸ், த்ரில்லர் வகை திரைப்படங்களில் அதிகம் பயன்படுத்தும் ஷாட், பழைய ஹாலிவுட் கௌபாய் வெஸ்டர்ன் திரைப்படங்களில் சோக்கர் க்ளோசப் ஷாட்டுகள் மிகவும் சிறப்பாக கம்போஸ் செய்யப்பட்டுள்ளதைப் பார்க்கலாம்.

எக்ஸ்ட்ரீம் க்ளோசப் ஷாட்

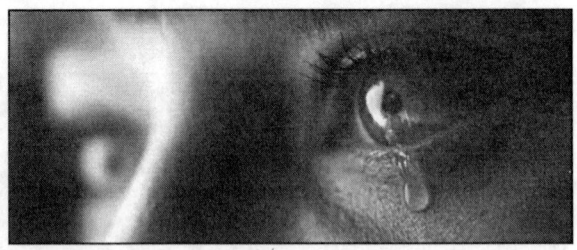

அதீத க்ளோசப் ஷாட் மிக அருகாமையில் இருந்து உற்றுப்பார்க்கும் உணர்வைத் தரும் காம்போசிஷன் ஃபிரேமின் முழு பகுதியை ஆக்கிரமித்துக்கொள்ளும். க்ளோசப் ஷாட்டானது மிக நுட்பமான தகவல்களை பார்வையாளர்களுக்கு உணர்த்தலாம்.

ஃபிரேம் முழுவதும் கண்கள் சிறிய பொருட்களின் பாகம் எழுத்துகள் ஆகியவற்றை அருகாமை பார்வையில் பதிவு செய்யும் முறைதான் எக்ஸ்ட்ரீம் க்ளோசப் ஷாட்.

உதாரணம் : கையில் ஊசி செலுத்தும் ஷாட் அதில் ஊசி மற்றும் கதாபாத்திரத்தின் தோலை மட்டும் கம்போஸ் செய்வது.

கண் மட்டம்

ஐ லெவல் ஷாட் என்று கூறப்படும் ஷாட் காமிராவை கதாபாத்திரங்களின் கண் மட்ட உயரத்திற்கு வைத்து கம்போஸ் செய்ய வேண்டும்.

இவ்வகை ஷாட்டுகள்தான் திரைப்படங்களில் பொதுவாக பயன்படுத்தப் படுகிறது. பார்வையாளர்களை எளிதாக கதாபாத்திரத்துடன் இணைக்க முடியும். இயல்பான காட்சி தோற்றத்திற்கு உதவும் இதை நடுநிலையான காமிரா ஆங்கிள் என்பார்கள்.

வைட் ஆங்கிள் லென்ஸ் 20 எம்.எம். ஃபோகல் லென்த்களில் க்ளோசப் ஷாட் கம்போஸ் செய்யும்போது காமிராவை கதாபாத்திரத்தின் கண்மட்ட உயர்வில் வைத்தால் டிஸ்டார்ஷன் ஏற்படாது என்கிறார் ஒளிப்பதிவாளர் ராஜீவ் மேனன்.

லோ ஆங்கிள்

காமிராவை கதாபாத்திரங்களின் கண் மட்டத்திற்கு கீழே வைத்து மேல் நோக்கிய பார்வையுடன் படமாக்கக் கூடியது தான் லோ ஆங்கிள் ஷாட்.

கதாபாத்திரங்களின் தன்மையை மேம்படுத்தவும், சஸ்பென்ஸ் நிறைந்த காட்சிகளுக்கும், கட்டடங்களின் கூரைகள், வானத்தின் விவரங்கள் ஆகியவற்றை பதிவு செய்ய ஏற்றவை தான் லோ ஆங்கிள் ஷாட்.

ஹை ஆங்கிள் ஷாட்

காமிராவை கீழ் நோக்கிய பார்வையுடன் பதிவு செய்யும் ஷாட் ஹை ஆங்கிள் ஆகும்.

பல கதாபாத்திரங்கள் ஓரிடத்தில் கூடியிருப்பதை ஹை ஆங்கிள் ஷாட் மூலமே சிறப்பாக பதிவு செய்ய முடியும். ஹை ஆங்கிள் ஷாட் மூலம் தரையின் விவரங்களை நோக்கிச் செல்லும்.

அதே போல காமிராவின் உயரமானது கதாபாத்திரங்களின் கண் மட்டத்திற்கு மேல் செல்வதால் சற்று வலுவற்ற நிலையை உருவாக்கும்.

டச் ஆங்கிள் ஷாட்

காமிராவை சாய்வான கோணத்தில் இடது அல்லது வலதுபுறத்தில் படமாக்குவதை டச் ஆங்கிள் என்பார்கள். அசாதாரணமான சூழ்நிலையை ஃபிரேமில் உருவாக்க டச் ஆங்கிள் ஷாட் மிகவும் பயன் உள்ளதாகும். குறிப்பாக, சண்டைக்காட்சிகள் மற்றும் போர்க்காட்சிகள்.

டச் காமிரா ஆங்கிள் ஜெர்மன் கலை வெளிப்பாடுகளிலிருந்து வந்தவையாகும். ஹாலிவுட்டில் தி தேர்ட் மேன் படத்தில் பிரபலமானது. தமிழில் குறிப்பாக அந்த நாள், புதிய பறவை ஆகிய திரைப்படங்களில் மிகவும் கலாப்பூர்வமாக டச் ஆங்கிள் பயன்படுத்தப்பட்டுள்ளது.

மாஸ்டர் ஷாட்

ஒரு காட்சியின் முழு தகவல்களைப் படமாக்க உதவுகிறது. மாஸ்டர் ஷாட் இவ்வகை ஷாட் அமைக்கும்போது பெரும்பாலும் வைட் ஆகவே கம்போஸ் செய்து கதாபாத்திரங்களின் நகர்வுகள், அரங்கத்தின் பின்னணியோடு படமாக்க வேண்டும்.

மாஸ்டர் ஷாட் மூலமாகவே காமிரா கோணம், லைட்டிங், கதாபாத்திரங்களின் உடல் மொழி ஆகியவற்றின் தொடர்ச்சியை அடுத்தடுத்த ஷாட்டுகளில் கையாள முடியும்.

சில இயக்குநர்கள் முழுக்காட்சியை ஒரு மாஸ்டர் ஷாட் மூலமாகவே காமிரா நகர்வுகளோடு படமாக்கி விடுவார்கள்.

தோள் பட்டை மேலாக

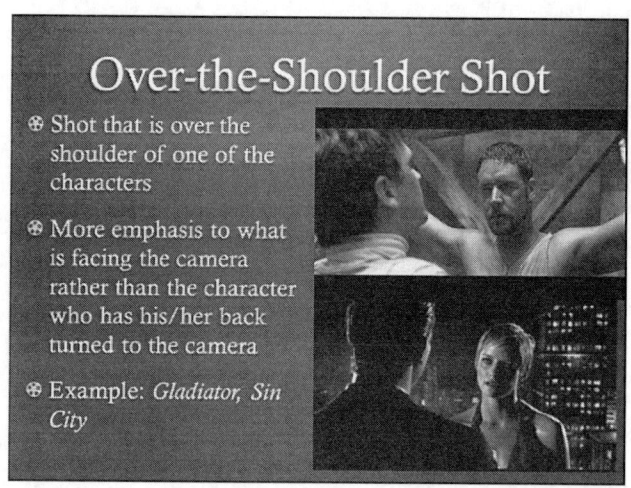

ஓவர் தி ஷோல்டர் ஷாட் எனப்படும் இவ்வகை ஷாட்டுகள் வசனக்காட்சிகளின்போது அதிகம் பயன் தருகிறது. ஃபிரேமில் ஒரு கதாபாத்திரத்தின் பின்னாலிருந்து மற்ற கதாபாத்திரத்தின் முன் பகுதியை படமாக்கும் காம்போசிஷன் முறை தான் ஓடிஎஸ் என்று சுருக்கமாகக் கூறப்படுகிறது.

ஓவர் தி ஷோல்டர் ஷாட் சஜஷன் ஷாட் என்றும் அழைக்கப்படுகிறது.

ஹெட் ஆன்

காமிராவை நோக்கி நேர் வரிசையில் கதாபாத்திரமோ வாகனமோ வருவதே ஹெட் ஆன் ஷாட்.

டெய்ல் அவே

ஃபிரேமுக்குள் கதாபாத்திரம் செல்வது டெய்ல் அவே ஷாட்டாகும்.

பேனிங் ஷாட்

காமிராவைட்ரைபாட்ஸ்டாண்டில் நிலைக்க வைத்து அகலவாக்கில் நகர்த்துவது பேனிங் ஷாட் எனப்படும். மனிதன் தன் கழுத்தை திருப்பிப்பார்ப்பது போன்ற உணர்வைக் கொண்டது பேனிங் ஷாட்.

பேனிங் ஷாட்டை பல்வேறு வேகங்களின் அடிப்படையில் ஒளிப்பதிவாளர்கள் இயக்குவதுண்டு,

டில்டிங் ஷாட்

காமிராவை நீளவாக்கில் நகர்த்துவது டில்டிங் ஷாட். மேல் நோக்கி நகர்த்தும்போது அண்ணாந்து பார்க்கும் உணர்வை அளிக்கும் அதே போல டில்ட் டவுன் அதற்கு நேர் மாறாக மேலிருந்து கீழ்நோக்கிய நகர்வாகும்.

*****

3
எடிட்டிங் ஷாட்ஸ்

எடிட்டிங் ஷாட்ஸ்

படத்தொகுப்பின் மூலமாகவே திரைமொழி உருவாகிறது. அதற்கேற்ப படமாக்குவது ஒளிப்பதிவாளர் மற்றும் இயக்குநரின் முக்கிய குறிக்கோளாகும்.

கட்

ஒரு கட் மூலமாக இரு ஷாட்டுகள் இணைகின்றன.

கட் அவே

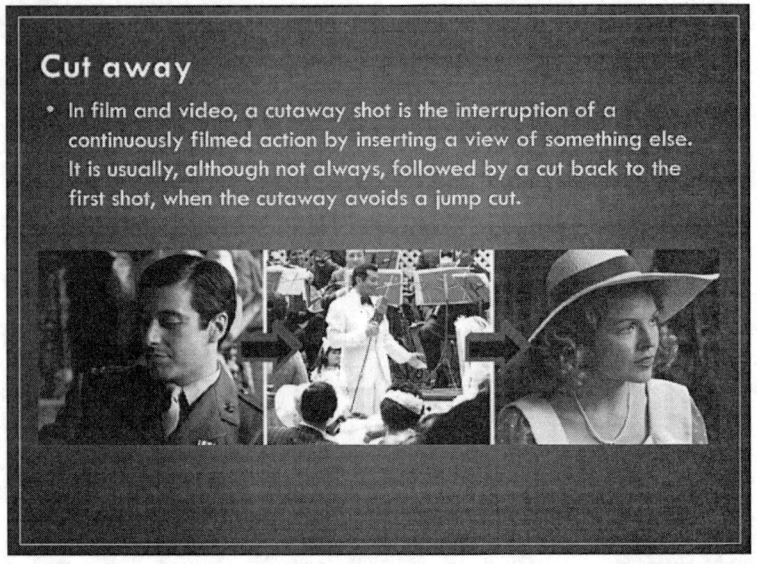

காட்சிநிகழும் சூழலிலிருந்து சற்று விலகி மற்றொரு நிகழ்வை படமாக்குவதுதான் கட் அவே ஷாட். இதை ஒரு ஷாட் மூலமாகவும் படமாக்கலாம் அல்லது படத்தொகுப்பின் வாயிலாக குறிப்பிட்ட ஷாட்டிலிருந்து கட் மூலம் மற்றொரு ஷாட்டிற்குச் செல்லலாம்.

கட் அவே ஷாட் மூலம் பார்வையாளர்களை சற்று திசை திருப்புவதே நோக்கம்.

- கட் அவே ஷாட் மூலம் காட்சிகளில் பதற்றத்தை உருவாக்கலாம்.
- கதாபாத்திரத்தின் மனநிலையை உணர்த்தலாம்.
- காட்சியின் நேரம் மற்றும் இடமாற்றத்திற்கும் கட் அவே பொருந்தும்.

கட் இன்

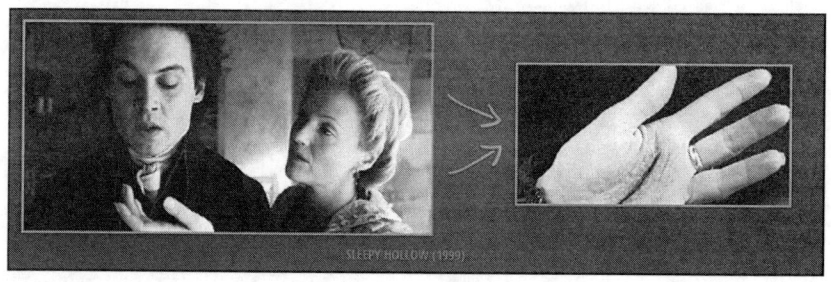

காட்சி நடக்கும் சூழலிலிருந்து விலகாமல் அப்படியே அதன் விவரங்களை சற்று அருகாமையில் பதிவு செய்ய கட் இன் ஷாட்டுகளே சிறந்தவை.

உதாரணம்: மீடியம் ஷாட்டில் மாணவர்கள் பரீட்சை எழுதிக்கொண்டுள்ளார்கள். அடுத்து, என்ன எழுதுகிறார்கள் என்பதை கட் இன் ஷாட் மூலமாக பார்வையாளர்களுக்கு விவரிப்பது.

க்ராஸ் கட்டிங் ஷாட்ஸ்

ஒரே நேரத்தில் இரு நிகழ்வுகள் அல்லது அதற்கு மேலாக நடப்பதை காட்சிகளின் அடுக்கில் ஒன்றன்பின் ஒன்றாக மாறி மாறி நிகழ்வுகளை படத்தொகுப்பில் உருவாக்குவது க்ராஸ் கட்டிங் ஷாட்.

இம்மாதிரியான க்ராஸ் கட்டிங் ஷாட்டுகளின் படமாக்குதலில் வெவ்வேறு நிகழ்வுகளை ஒரே மாதிரியான விஷுவல் பாங்கினை உருவாக்கும்போது மேலும் சிறப்பு உடையதாகிறது.

உதாரணம்: கூட்டமான பகுதியில் இரு கதாபாத்திரங்கள் ஒருவர் ஒருவரைத் தேடி வருவது.

உலகம் சுற்றும் வாலிபன் திரைப்படத்தில் ஒரு முழு பாடல் காட்சி ஜப்பான் எக்ஸ்போ பொருட்காட்சியில் நடப்பதை க்ராஸ் கட்டிங் முறையிலேயே உருவாக்கப்பட்டிருக்கும்.

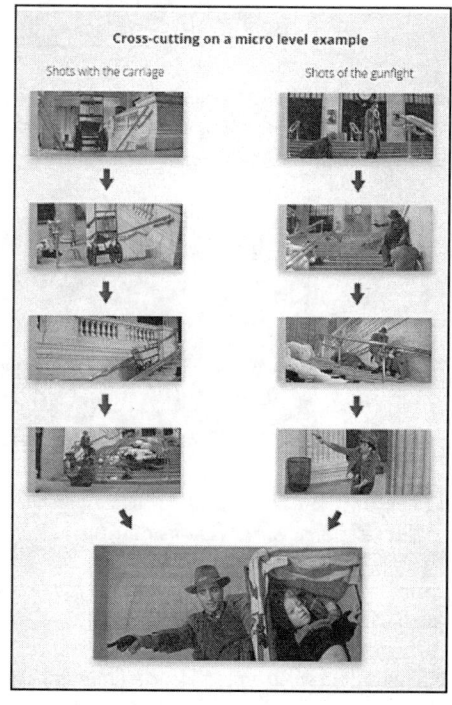

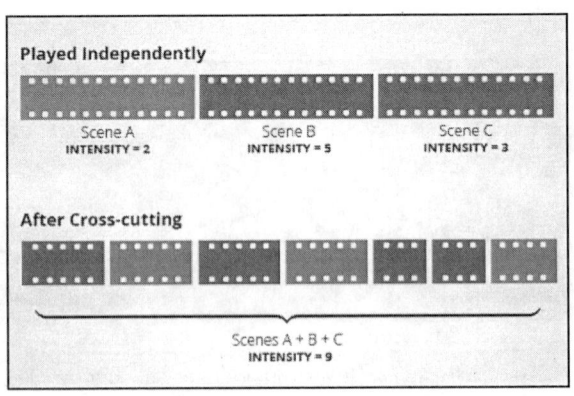

ஜம்ப் கட்

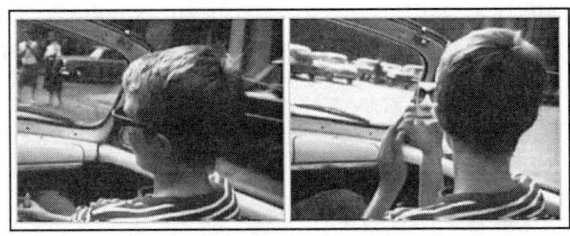

விஷுவல் நேரத்தை முன்னோக்கி நகர்த்தவும் விரைவு படுத்தவும் ஒரே ஷாட்டில் சில படத்தொகுப்பு கட்களை உபயோகிப்பது ஜம்ப் கட் ஆகும். பல்வேறு உலக இயக்குநர்கள் பரிசோதனை உத்தியாக ஜம்ப் கட் பயன்படுத்தினார்கள்.

இயக்குநர் கோடார்ட், பாரதிராஜா தங்களது படைப்புகளில் ஜம்ப் கட் உபயோகித்தது காட்சிகளை வலுவாக்கியது.

ஆனால் க்ளாசிக் படத்தொகுப்பிற்கு உகந்தது அல்ல என்று கருதியவர்களும் உண்டு.

தமிழ் சினிமாவில் படத்தொகுப்பாளர் ஆண்டனி காக்க காக்க திரைப்படத்தில் பிரத்யேகமாக ஜம்ப் கட்டை உபயோகித்தது பரவலாக பேசப்பட்டதோடு அது ஒரு புதிய ட்ரண்டாகவும் உருவானது.

மேட்ச் கட்

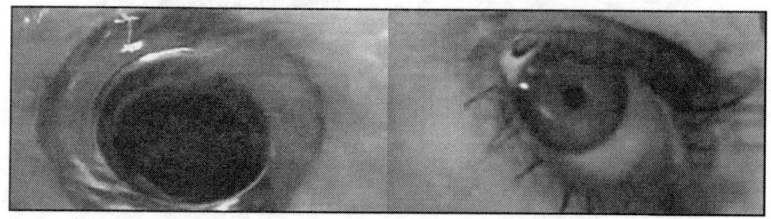

இரண்டு ஷாட்டுகளுக்கு இடையே கட் வரும்போது அந்த இரண்டு வெவ்வேறு நிகழ்வுகளில் ஒரே மாதிரியான குணாதிசயங்கள் கொண்ட விஷுவல்ஸ் அமையும்போது மேட்ச் கட் உருவாகிறது.

உதாரணம்: மேஜையில் நாணயம் சுழன்றபோது அப்படியே ஷாட் கட் ஆகி அடுத்த ஷாட்டில் மேடையில் நடனக்கலைஞன் சுழல்வது இப்படியானவை மேட்ச் கட் ஆகும்.

ஜே கட்

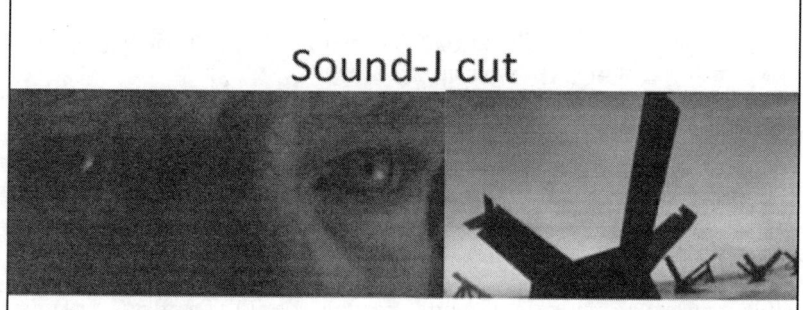

அடுத்து வரும் காட்சியின் ஒலியை முன்கூட்டியே நடைபெறும் காட்சியின் இறுதியில் உபயோகிப்பது. யானை வரும் பின்னே மணி ஓசை வரும் முன்னே என்ற பழமொழியை சரியான உதாரணமாகக் கூறலாம்.

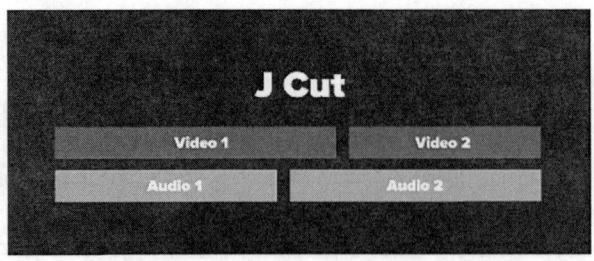

எல் கட்

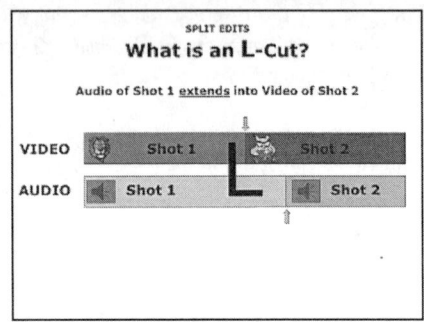

நடைபெறும் காட்சியின் ஒலியை அடுத்த அல்லது ஷாட்டின் மீது ஓவர் லேப் செய்வதை எல் கட் என்று அழைக்கப்படுகிறது.

கட்டிங் இன் ஆக்ஷன்

ஒரே ஆக்ஷனை இரண்டு வெவ்வேறு காமிரா கோணங்களைக் கொண்ட ஷாட்கள் மூலம் இணைப்பதை கட்டிங் இன் ஆக்ஷன் படத்தொகுப்பு உத்தியாகும்.

இதை பெரும்பாலும் நடனம் மற்றும் சண்டைக் காட்சிகளின்போது அதிகம் பயன்படுத்தப்படுகிறது.

இன்விசிபிள் கட்

இன்விசிபிள் கட் என்பது விஷுவலில் எங்கே படத்தொகுப்பு செய்யப்பட்டது என்பதை பார்வையாளர்களுக்குத் தெரியாத வண்ணம் உருவாக்குவது.

சமீபத்திய உதாரணம் 1917 முழு திரைப்படம். பல்வேறு காட்சி தொகுப்பு கொண்டவைதான். ஆனால் விஷுவல் ஒரே ஷாட்டாக தொடர்வது போன்ற உணர்வு பார்வையாளர்களுக்கு உருவாக்கப்பட்டது. இன்விசிபிள் கட் முறையில் முழு திரைப்படம் ஆக்கியது பார்வையாளர்களை மிகவும் ஆச்சர்யத்தில் ஆழ்த்தியது.

****

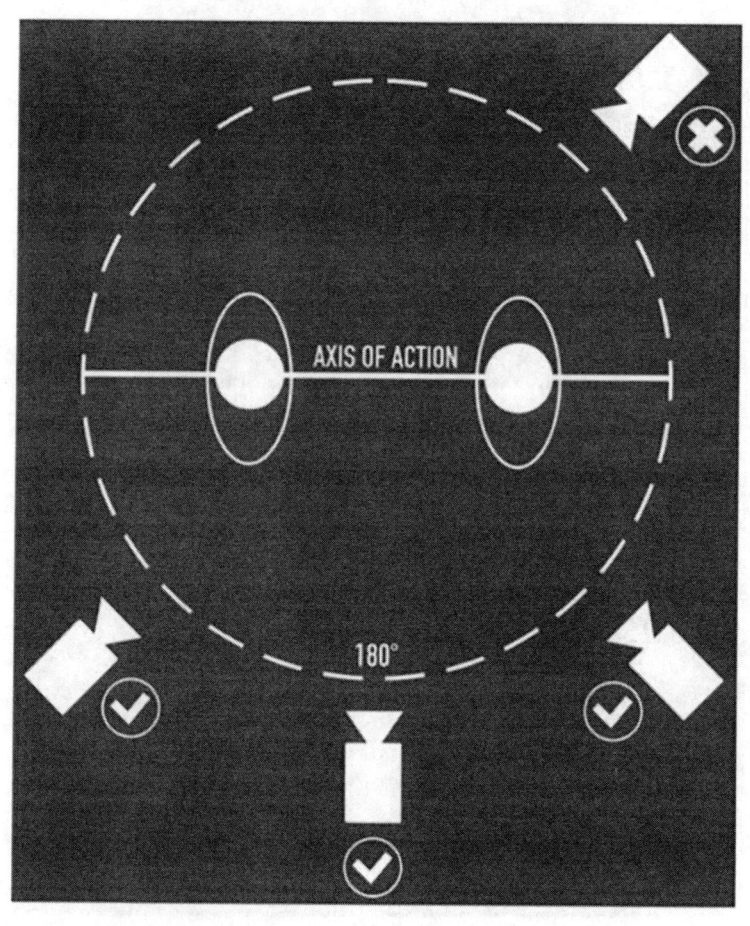

4
கற்பனைக்கோடு - 180 டிகிரி விதி

கற்பனைக்கோடு - 180 டிகிரி விதி

ஒரு காட்சியைப் பல கோணங்களில் பல இடங்களிலிருந்தும் படமாக்கும்போது அக்காட்சியில் சம்பந்தப்பட்ட கதாபாத்திரத்தின் காமிரா லுக் சரியாகப் பொருந்தாவிட்டால் படத்தொகுப்பு செய்தபின் சம்பந்தப்பட்ட கதாபாத்திரங்களின் பார்வைக்கோணம் வேறுபட்டு இருக்கும். அதனால் படமாக்கும் முதல் ஷாட்டான மாஸ்டர் ஷாட் அமைக்கும்போது ஃபிரேமில் கதாபாத்திரங்கள் காமிராவுக்கு எந்தப்புறத்தில் இருக்கிறார்கள் என்று கவனமாகப் பார்க்க வேண்டும்.

அப்படி பார்ப்பதற்கு கற்பனைக்கோடு அரை வட்டமாக உருவாக்கப்படுகிறது.

இரண்டு கதாபாத்திரங்களைப் படமாக்கும்போது, முதல் கதாபாத்திரம் காமிராவின் இடது புறத்திலும், இரண்டாவது கதாபாத்திரம் காமிராவின் வலது புறத்திலும் இருப்பதாக வைத்துக்கொள்வோம்.

இக்கோணத்தில் எந்த ஷாட் கம்போஸ் செய்தாலும் முதல் கதாபாத்திரம் இடது புறத்திலும், இரண்டாவது கதாபாத்திரம் வலது புறத்திலுமே இருக்க வேண்டும்.

காமிரா கற்பனைக்கோட்டைத் தாண்டிச் செல்லக்கூடாது. தேவைப்பட்டால் காமிரா நகர்வுகள் அல்லது இன்செர்ட் ஷாட்கள் மூலமாகப் படமாக்கி கற்பனைக்கோட்டைத் தாண்டலாம்.

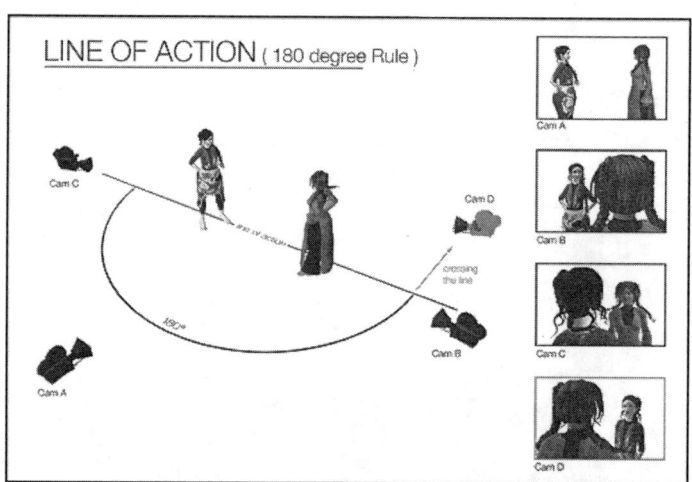

குறிப்பாக, தோள்பட்டை வாயிலாக எடுக்கப்படும் சஜஷன் ஷாட்டில் முதல் கதாபாத்திரத்தின் தோள்பட்டை பின்புறம் இடது புற ஓரமாகவும் வலது புறத்தில் இரண்டாம் கதாபாத்திரத்தின் முன்புறம் இடம்பெற வேண்டும்.

அதே போலத்தான் இரண்டாம் கதாபாத்திரத்தின் பின்புறம் கம்போஸ் செய்யும்போது வலது புறத்திலும் முதல் கதாபாத்திரத்தின் முன்பகுதி அதாவது முகம் இடது புறத்திலேயே இருக்க வேண்டும்.

ஒரு காட்சியில் இந்த இரு கதாபாத்திரங்களுக்கு மத்தியில் புதிதாக மூன்றாவது கதாபாத்திரம் தோன்றினாலும் அரைவட்ட கற்பனைக்கோடு விதியைத் தாண்டக்கூடாது.

காமிரா முதல் கதாபாத்திரம் வாயிலாக கம்போஸ் செய்யும்போது,

- முதல் கதாபாத்திரம் - இடது புறம்
- மூன்றாவது கதாபாத்திரம் - நடுத்தர வலது புறம்
- இரண்டாவது கதாபாத்திரம் - வலது புறம்

காமிரா இரண்டாவது கதாபாத்திரம் வாயிலாக கம்போஸ் செய்யும்போது,

- இரண்டாவது கதாபாத்திரம் - வலது புறம்
- மூன்றாவது கதாபாத்திரம் - நடுத்தர இடது புறம்
- முதல் கதாபாத்திரம் - இடது புறம்

கற்பனைக்கோடு விதியை உடைத்துப் படமாக்கிய மாஸ்டர் இயக்குநர்களும் இருக்கிறார்கள். ஆனால் அவை காட்சிகளில் ஏதோ ஒரு விசித்திரத்தன்மையை உருவாக்குவதற்காகவே விதிகளை அறிந்து புதிய உத்திகளைப் பயன்படுத்துவார்கள்.

ஸ்க்ரீன் டைரக்‌ஷன்

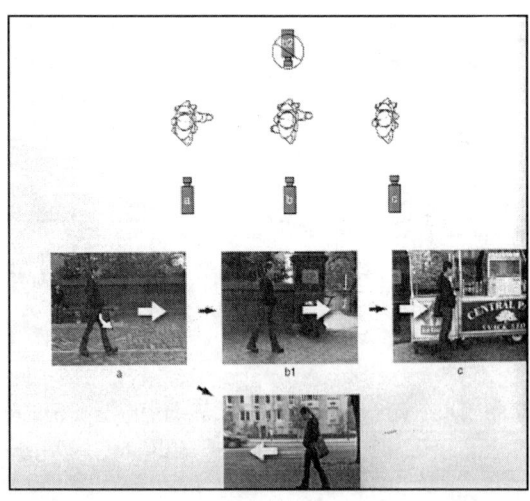

கதாபாத்திரமோ அல்லது வாகனமோ ஓர் இடத்திலிருந்து மற்றொரு இடத்திற்குச் செல்வதை பல ஷாட்டுகளாக படமாக்கப்படும். அப்பயணம் முன்நோக்கிச் செல்வதற்கு ஸ்க்ரீன் டைரக்‌ஷன் விதி முக்கியமாகிறது.

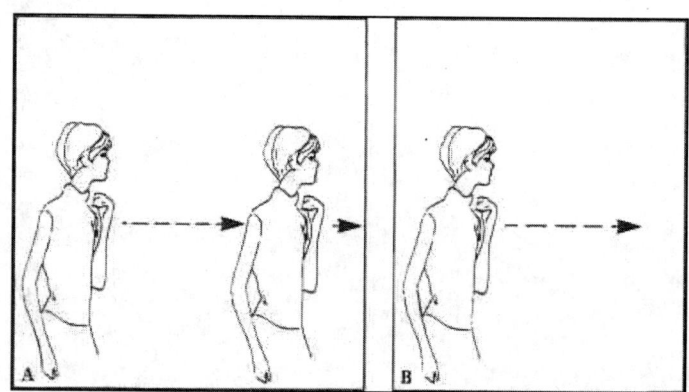

ஃபிரேமின் வலது புறமாக கதாபாத்திரம் வெளியேறினால் அடுத்த ஷாட்டில் ஃபிரேமின் இடதுபுறமாக நுழைய வேண்டும்.

அதேபோல் தான் ஃபிரேமின் இடதுபுறமாக கதாபாத்திரம் வெளியேறினால் வலதுபுறமாகத்தான் அடுத்த ஷாட்டின் ஃபிரேமில் நுழைய வேண்டும்.

*****

5
சப்ஜெக்ட்டிவ், ஆப்ஜெக்ட்டிவ், பாயிண்ட் ஆஃப் வியூ ஷாட்டுகள்

சப்ஜெக்ட்டிவ், ஆப்ஜெக்ட்டிவ், பாயிண்ட் ஆஃப் வியூ ஷாட்டுகள்

> Hitchcock makes it very clear to us. There's an objective and a subjective camera, like there's a third- and a first-person narrator in literature.

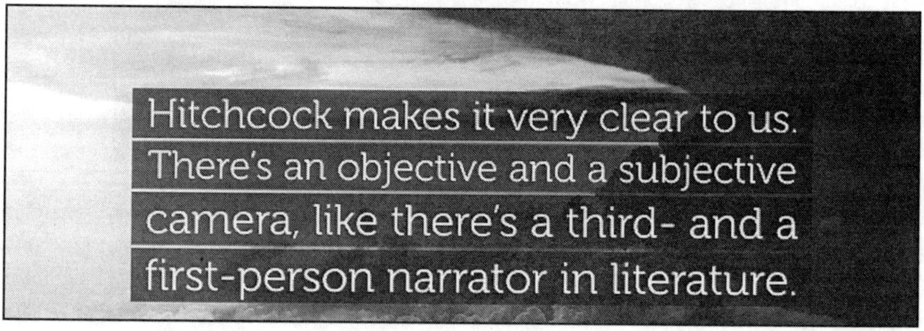

திரைமொழி உருவாக்கத்திற்கு முக்கியமான நுட்பமாகக் கருதப்படுவது,

- சப்ஜெக்ட்டிவ்
- ஆப்ஜெக்ட்டிவ்
- பாயிண்ட் ஆஃப் வியூ

ஷாட்டுகளை காட்சி வடிவமைப்பதில் எப்படிப் பயன்படுத்துகிறோம் என்பதில் அடங்கியுள்ளது.

ஆப்ஜெக்ட்டிவ் காமிராக் கோணம்

கதாபாத்திரங்கள் காட்சிகளில் உள்ள சம்பவங்களை காமிரா கோணமானது சற்று விலகி நின்று கவனிப்பதுபோல் பயன்படுத்தப்படும்போது ஆப்ஜெக்ட்டிவ் ஷாட் ஆகிறது. குறிப்பாக, வைட் ஷாட்டுகள்.

உதாரணம்: சைக்கிள்கள் வரிசையாக நிறுத்தப்பட்டுள்ளதை ஒரு கவரேஜ் போல எடுக்கப்படும்போது ஆப்ஜெக்ட்டிவ் காமிராகோணம் ஆகிறது. அதே சைக்கிள்களின் அணிவகுப்பை லோ ஆங்கிளில் வைத்து ஒரு பிரமிப்பை ஏற்படுத்தும்போது ஆப்ஜெக்ட்டிவ் காமிராக்கோணத்திலிருந்து விலகி சப்ஜெக்ட்டிவ் ஆகிறது.

காமிரா காம்போசிஷன் மற்றும் நகர்வுகளில் வெறும் செய்தியாக மட்டும் ஷாட்டுகளில் பயன்படுத்தும்போது ஆப்ஜெக்ட்டிவ் ஆகிறது.

சப்ஜெக்ட்டிவ் காமிரா கோணம்

ஷாட் காம்போசிஷன் மூலம் பார்வையாளர்களுக்கு ஓர் ஈடுபாட்டினை உருவாக்க முடிந்தால் அது சப்ஜெக்ட்டிவ் காமிரா கோணம் ஆகிறது.

இருவர் ஓர் உணவுவிடுதியில் உள்ள மேஜையில் உரையாடிக் கொண்டிருக்கிறார்கள். காமிராவை ஒரு தூரத்துப்பார்வையில் வைத்து கம்போஸ் செய்யும் போது ஆப்ஜெக்ட்டிவ் ஷாட்டாக இருக்கும். ஒரு முக்கியமான கட்டத்தில் காமிரா நகர்வுகள் மூலம் அவர்களை நோக்கிச் செல்லும்போது அதே ஷாட் சப்ஜெக்ட்டிவ் ஆகி விடுகிறது.

காமிரா காம்போசிஷன் மற்றும் நகர்வுகள் மூலமாக பார்வையாளர்களின் உணர்வுகளை ஒன்றவைக்கும்போது அந்த ஷாட் சப்ஜெக்ட்டிவ்வாகவே பார்க்கப்படுகிறது.

ஆங்கிலத் திரைப்படமான ஷஷாங்க் ரிடெம்ப்ஷனில் ஒரு டாப் ஆங்கிள் ஷாட்டில் சிறைக்கைதிகள் கூடியிருப்பார்கள். இதை ஓர் ஆப்ஜெக்ட்டிவ் ஷாட்டாகக் கொள்ளலாம். ஆனால் ஃபிரேமின் இடது ஓரத்தில் ஒலிபெருக்கி இருக்கும். இப்போது அந்த ஒலிபெருக்கி இடம் பெற்றதால் அதன் வாயிலாக சிறைக்கைதிகளைகாட்சிப்படுத்தப்பட்டதால் அந்த ஷாட் சப்ஜெக்ட்டிவ்வாகவே பார்வையாளர்களுக்குச் செல்லும்.

கதாபாத்திரங்கள் காமிராவை பார்த்தவாறு இருந்தாலும் அது சப்ஜெக்ட்டிவ்வாக மாறிவிடும்.

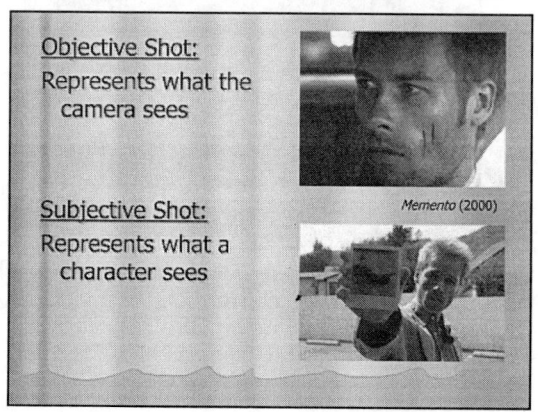

பாயிண்ட் ஆஃப் வியூ

ஒரு கதாபாத்திரத்தின் பார்வைக்கோணத்தில் காமிரா இயங்கும்போது அது பாயிண்ட் ஆஃப் வியூ ஷாட்டாகிறது.

சில சமயம் காமிராவே கதாபாத்திரமாக மாறி விடுவதும் உண்டு.

உதாரணம்: கதாநாயகன் ஒரு வீட்டில் குழந்தையைத் தேடுகிறான். அதை காமிராவே கதாநாயகனின் பார்வையில் இயங்கி வீடு முழுவதும் தேடுவதை பாயிண்ட் ஆஃப் வியூ உத்தியாகிறது.

சில சமயம் ஆப்ஜெக்ட்டிவ் மற்றும் சப்ஜெக்ட்டிவ் ஷாட்டுகளை அடுத்தடுத்து இணைக்கும்போது பாயிண்ட் ஆஃப் வியூ உருவாகிவிடுவதுண்டு.

உதாரணம்: கடற்கரையை வைட் ஷாட்டில் இருக்கும்போது ஆப்ஜெக்ட்டிவ்வாக உள்ளது. அதற்கு அடுத்த ஷாட்டில் க்ளோசப்பில் ஒருவர் அதைப் பார்த்துக்கொண்டிருப்பதாக படமாக்கினால் அந்த கடற்கரை ஷாட் அந்த கதாபாத்திரத்தின் பாயிண்ட் ஆஃப் வியூ ஆகிவிடுகிறது.

உலக இயக்குநர்களான ஹிட்ச்காக், அகிரா குரோசவோ ஆகியோர் சப்ஜெக்ட்டிவ், ஆப்ஜெக்ட்டிவ் மற்றும் பாயிண்ட் ஆஃப் வியூ கோணத்தை ஷாட்டுகளின் தொகுப்பில் மாற்றியமைத்து அவர்களுக்கென்று ஒரு திரைமொழியை உருவாக்கினார்கள்.

*****

6

ஓவர் தி ஷோல்டர் காமபோசிஷன்

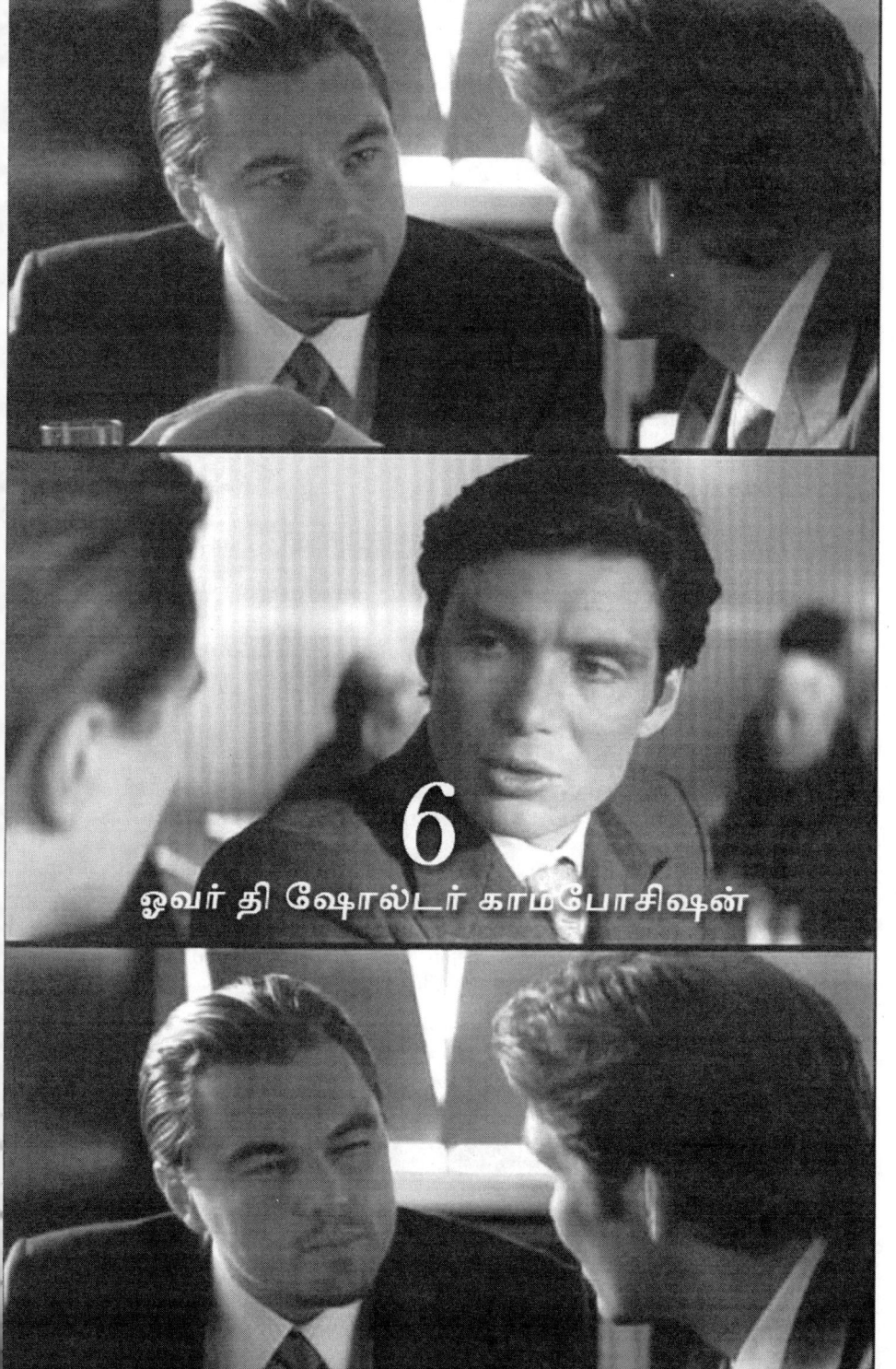

ஓவர் தி ஷோல்டர் காம்போசிஷன்

ஓவர் தி ஷோல்டர் ஷாட் திரைப்படம் மற்றும் தொலைக்காட்சி படைப்புகளின் வசனக்காட்சிகளில் அதிகம் பயன்படுத்தப்படக்கூடிய ஷாட்டுகளில் ஒன்றாகும்.

உரையாடலில் ஃபிரேமில் ஒருவர் பேசுவதையோ அல்லது அவர்களின் செய்கைகளை கவனிப்பதற்கான ஒரு பங்காகவே ஃபிரேம் ஓரத்தில் கதாபாத்திரங்களின் தலை, தோள்பட்டை, இடுப்பு சில திரைப்படங்களில் கால்களைக்கூட சஜஷன் ஷாட்டாக பயன்படுத்தியுள்ளார்கள்.

ஓவர் தி ஷோல்டர் அல்லது சஜஷன் ஷாட்டைப் படமாக்கும்போது இரு கதாபாத்திரங்கள் இருந்தால் இருபுறமும் படமாக்கப்படுவதுண்டு. மிக முக்கியமானது என்னவென்றால் இருபுறமும் ஏறத்தாழ ஒரே மாதிரியான காம்போசிஷன் இருந்தால் படத்தொகுப்பிற்குப் பின் மாறி மாறி சஜஷன் ஷாட் வரும்போது சீரான விஷுவல் தொடர்ச்சியிருக்கும்.

சஜஷன் ஷாட் பல்வேறு விதமான காம்போசிஷனில் படமாக்கப்படுவதுண்டு.

- மீடியம் லாங் ஷாட் முறையில் - கதாபாத்திரங்களை தலை முதல் முழங்கால் வரை கம்போஸ் செய்வது ஒருவர் காமிராவை பார்த்தவண்ணம் மற்றவர் பின்புறமாகத் தெரிவார்கள்.

- மீடியம் ஷாட் ஓ.டி.எஸ் - காமிரா பார்த்தவாறு இருப்பவர் தலை முதல் மார்பு வரையிலும் சஜஷனில் இருப்பவர் தலை முதல் கழுத்துப் பகுதிவரை கம்போசிஷனில் இடம்பெறுவது.

- க்ளோசப் ஓடிஎஸ் - காமிரா பார்த்தவாறு இருக்கும் கதாபாத்திரத்தின் முகத்தையும் சஜஷனில் இருப்பவரின் தலையின் பின்பகுதியை ஓரமாக கம்போஸ் செய்வதும், குறிப்பாக டெலி லென்ஸ் மூலமாக படமாக்குவது சிறப்பைத் தரும்.

ப்ரோஃபைல் ஓடிஎஸ்

சஜஷனில் இருக்கும் கதாபாத்திரத்தை பின்புறமாக கம்போஸ் செய்வதை தவிர்க்க வேண்டி இருந்தால் ஃபிரேமில் முன்பகுதியில் இருப்பவரை ப்ரோஃபைல் பார்வையில் வைத்து மற்றொருவரை காமிராவை நேர்முகமாக பார்ப்பதுபோல் ஓடிஎஸ் காம்போசிஷனை அமைப்பதும் ஓர் உத்தியாகும்.

காமிரா நகர்வில் ஓடிஎஸ் ஷாட்

நீண்ட உரையாடல்கள் கொண்ட ஓடிஎஸ் ஷாட்டுகளுக்கு மென்மையான காமிரா நகர்வுகள் பயன் தரும். சில ஒளிப்பதிவாளர்கள் ஷாட் காம்போசிஷன் ஆரம்பத்தில் இரு கதாபாத்திரங்ளை ஓடிஎஸ் ஷாட்டாக ஆரம்பித்து காமிராவை மெதுவாக முன்நோக்கி நகர்த்தி சஜஷனில் இருப்பவரை தவிர்த்து மற்ற கதாபாத்திரத்தின் க்ளோசப் ஷாட் காம்போசிஷனாக இடம்பெறச் செய்வார்கள்.

*****

7
காட்சி சமநிலை

காட்சி சமநிலை

காம்போசிஷனில் முக்கியமான அம்சம் ஃபிரேமில் உள்ள கூறுகளில் ஏதோ ஒன்றின் மீது கவனம் செல்லவேண்டும். அதற்கு மற்றவை துணைக்கூறுகளாக செயல்பட்டு சமநிலையை உருவாக்கவேண்டும்.

பொது விதியின்படி பார்க்கும்போது அன்றாட வாழ்க்கையில் இரண்டு பக்கமும் ஒரே அளவிலான எடையை வைக்கும்போது சமநிலையை அடையும்.

ஆனால் காட்சி வடிவரீதியாக பொருள் கொள்ளும்போது விஷுவல் எடை என்ற தத்துவமானது ஃபிரேமில் உள்ள கூறுகளில் ஏதோ ஒன்றின் மீது கவனம் செல்ல வேண்டும். மற்றவை அதற்கு துணைக்கூறுகளாக செயல்பட வேண்டும்.

ஆனால் காட்சி எடை விதிகளின்படி பார்த்தால் ஃபிரேமில் இருக்கும் கூறுகள் ஏதோ ஒன்றுதான் பலம் வாய்ந்ததாக இருக்கவேண்டும்.

உதாரணம்: நான்கு கதாபாத்திரங்கள் கம்போஸ் செய்யவேண்டும் என்றால் ஃபிரேமின் இடதுபுறத்தில் இரண்டுபேர் வலதுபுறத்தில் இரண்டுபேர் இருந்தால் அது பலவீனமான காம்போசிஷனாகி விடும். அதுவே இடதுபுறத்தில் ஒருவர் மீதி மூவர் வலது புறத்தில் வைத்து கம்போஸ் செய்யும்போது காட்சி சமநிலை அதாவது ஃபிரேம் பேலன்ஸ் சரியாக அமையும்.

கடிகாரத்தை பார்க்கும்போது சின்ன முள் பெரியமுள் எப்படி கண்களுக்கு சமநிலை உருவாக்குகிறதோ அது போல ப்ரேமில் ஏதோ ஒன்றின் மீதுதான் கவனம் பெறவேண்டும்.

ஒருவேளை திரைக்கதையின்படி ஃபிரேமில் சரிசமமாக கதாபாத்திரங்களை நிலைகொள்ளவேண்டிய நிர்பந்தம் ஏற்பட்டால் ஏதோ ஒரு பக்கம் கூடுதலான கவனம் பெறும் வகையில் கதாபாத்திரங்களுடன் ஏதோ ஒரு விஷுவல் கூறுகளை இணைத்து காட்சி சமநிலை அடையலாம்.

காட்சி எடை முக்கிய குறிப்புகள்

அதிக கவனத்தை ஈர்க்கும் விஷுவல் கூறுகள்:

- கண்கள்

- எழுத்துக்கள் - மிக கவனமாக இருக்க வேண்டும். சுவற்றில் உள்ள எழுத்துக்கள் அதிக கவனத்தை ஈர்க்கக்கூடியது. அதனால் ஃபிரேமில் சில சமயம் தவிர்க்க வேண்டும் அல்லது குறைந்த ஃபோகஸில் அது இடம்பெற வேண்டும்.

- ஃபிரேமில் தனிமைப்படுத்துதல் மூலமாக காட்சி எடையைக் கூட்டலாம். உதாரணம்: ஒற்றை மரம்.

- ஒளியை பங்கீடு செய்வதிலும் விஷுவல் எடை முக்கியமானது. ஃபிரேமில் இருள் நிறைந்து ஓர் இடத்தில் மட்டும் பிரகாசமான ஒளியாலும் அல்லது வெளிச்சம் நிறைந்த ஃபிரேமில் ஓர் இருண்டபகுதியின் மூலம் காட்சி சமநிலையை எளிதாக அடையலாம்.

*****

8
காட்சி அரங்கேற்றம்

காட்சி அரங்கேற்றம்

திரைப்பட ஆக்கத்தில் இயக்குநர் மற்றும் ஒளிப்பதிவாளர் இருவரும் சேர்ந்து கதாபாத்திரங்களை காட்சியின் தன்மைக்கு ஏற்றவாறு காமிரா ஃபிரேமில் நிலைக்க வைப்பது ப்ளாக்கிங் என்று அழைக்கப்படுகிறது.

உரையாடல்களை பல நிலைகளில் படமாக்குவதற்கான குறிப்புகள்.

நேருக்கு நேர் - முகம் பார்த்தபடி கதாபாத்திரங்கள்

நேருக்கு நேர் - சற்று விலகி இருக்கும்படியானவை

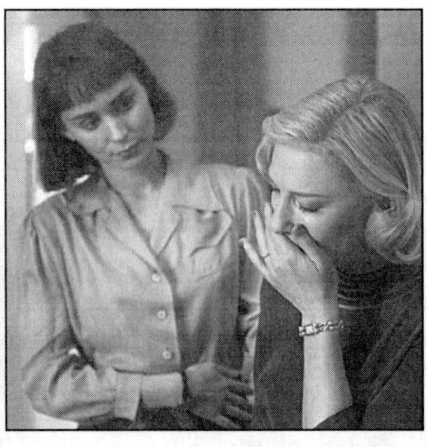

நேருக்கு நேர் - ஒருவர் உட்கார்ந்து இருப்பது மற்றவர் நின்றபடி

ஒருவர் முன்னேயும் மற்றவர் பின்னே - கண் தொடர்பு இல்லாமல் உருவாக்குவது.

இரு கதாபாத்திரம் ப்ரொஃபைல் வியூ - காமிராவை நோக்கிய வண்ணம் அமர்ந்திருப்பது.

கதாபாத்திரங்களை உயர்வான பகுதியில் ஒருவரையும் மற்றவர்களை தாழ்வான பகுதியில் கம்போஸ் செய்வது.

கதாபாத்திரங்கள் நடந்தவாறே உரையாடுவது.

ஃபிரேமில் கம்போஸ் செய்யும்போது பல்வேறு நிலைகள் இருந்தாலும் முக்கியமானவை. கதாபாத்திரங்களின் ஆரம்பநிலை கண்மட்டம், அவர்களுடைய அசைவுகள், அமர்ந்திருக்கும் இடைவெளி ஆகியவற்றை கவனமாகக் கையாளவேண்டும். இவை அனைத்தும் பார்வையாளர்களுக்கு கதையின் போக்கிற்கு நாம் அளிக்கும் விஷுவல் தகவல்கள் ஆகும்.

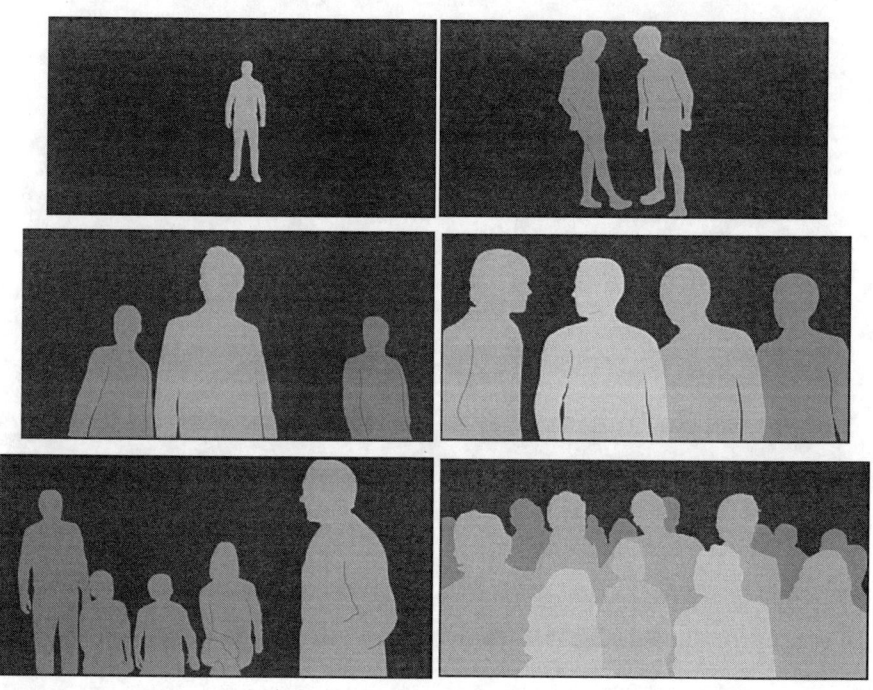

*****

9
விஷுவல் இடைவெளிகள்

விஷுவல் இடைவெளிகள்

சினிமாவில் எப்படி நேரத்தை சுருக்கவும், விரிவடையச் செய்யவும் முடியுமோ அதேபோல இடத்தையும் மாற்றம் செய்ய முடியும்.

அதை ஆங்கிலத்தில் டீப் ஸ்பேஸ், ஷேலோ ஸ்பேஸ் என்று அழைக்கப்படுகிறது.

திரைக்கதை சம்பவங்களை எந்த இடைவெளிகளில் விஷுவலில் படமாக்கப்படுகிறது என்பது மிகவும் முக்கியமாகிறது.

டீப் ஸ்பேஸ்

காமிரா அருகிலும் தூரத்திலும் உள்ள முக்கியமான சப்ஜெக்ட்களை இணைக்கவும் அல்லது அதை நோக்கிய பயணத்திற்கு நீண்ட இடைவெளியான டீப் ஸ்பேஸ் உத்தி பயன்படுகிறது.

அதற்கு காட்சியில் நல்ல டெப்த் உருவாக்க வேண்டும்.

உதாரணம்: வயதானவர் கஷ்டப்பட்டு நீண்ட தூரம் உள்ள படிக்கட்டுகளில் நடக்கிறார். விஷுவலில் வயதானவரின் கடினமான பயணத்தை உணர்த்த ஃபிரேமில் வைட் ஷாட் காம்போசிஷனில் நல்ல டெப்த் உருவாக்கி நெடிய படிக்கட்டுகளின் தூரத்தை உணர்த்தலாம்.

இயக்குநர் மஜித் மஜிதி தன்னுடைய காவியப் படைப்பான கலர் ஆஃப் தி பாரடைஸ் திரைப்படத்தில் பெரும்பாலான காட்சி அமைப்புகளில் டீப் ஸ்பேஸ் உருவாக்கியிருப்பார். கதைக்களத்தில் குழந்தைகளை அவர்களுடைய இயல்பான சூழலுடன் ஒருங்கிணைக்கவும். ஒரு இடத்திற்கும், மற்றோர் இடத்திற்கும் இடையிலான உண்மையான தூரங்களை பதிவு செய்வதற்கும் அற்புதமாக பயன்படுத்தியிருப்பார்.

ஷேலோ ஸ்பேஸ்

ஃபிரேமில் கதாபாத்திரங்கள் அல்லது சப்ஜெக்ட்டுகளுக்கு இடையே உள்ள தூரத்தை சுருக்குவதை ஷேலோ ஸ்பேஸ் எனப்படும்.

இயக்குநர் கே.பாலசந்தரின் திரைப்படைப்புகளில் அதிகம் ஷேலோ ஸ்பேஸ் உத்தியைக் காணலாம்.

உதாரணம்: ஒரு கதாபாத்திரம் ஜன்னல் ஓரத்திலிருந்து அடுத்த வீட்டு ஜன்னல் வழியாக இன்னொரு கதாபாத்திரத்துடனான உரையாடலை ஃபோகஸ் மாற்றத்தின் வழியாக படமாக்குவது.

ஷேலோ ஸ்பேஸ் உத்தியைக் கையாள டெலி லென்ஸ், குறைந்த அப்பர்சர் எண் மற்றும் ரேக் ஃபோகஸ் பயன்படுத்தலாம்.

மேலே சொன்ன உதாரணத்தின் அடிப்படையில் பார்த்தால் ஃபிரேமில் ஒரு ஜன்னல் ஓரத்தில் கதாபாத்திரம் மீடியம் க்ளோசப் ஷாட்டாக இருக்கும் மற்ற கதாபாத்திரம் மங்கலாக தெரியும். அப்படியே எதிர் வீட்டு ஜன்னலில் உள்ள கதாபாத்திரத்திற்கு ஃபோகஸ் செய்யும்போது அந்த இரண்டு கதாபாத்திரங்களுக்கு இடையில் உள்ள தூரம் பார்வையாளர்களுக்குத் தெரிவதில்லை.

ஷேலோ ஸ்பேஸ் மற்றும் டீப் ஸ்பேஸ் உத்திகளுக்கு லென்ஸ் மூலமாகவே பயன் தருகிறது. லென்ஸின் ஃபோகல் லென்த் மற்றும் அப்பர்சர் மூலம் டெப்த் ஆஃப் ஃபீல்ட் மாற்றம் கொள்வதில் தொழில்நுட்பம் அடங்கியுள்ளது.

ஆஃப் ஸ்க்ரீன் ஸ்பேஸ்

விஷுவலாக பதிவு செய்யாமல் காமிரா ஃபிரேமுக்கு வெளியே உள்ள இடங்களை ஒலி மற்றும் உரையாடல்கள் மூலம் உணர்த்துவது.

உதாரணம்: வீட்டிற்குள்ளே இருந்தபடி காட்சிகளை பதிவு செய்வது ஒலியின் மூலம் அருகே ரயில்நிலையம் இருப்பதை பார்வையாளர்களுக்குத் தெரிவிப்பது.

ஒளியின் மூலமாகவும் ஓர் இடத்தை சுருக்கவும் விரிவடையச் செய்யலாம். லோ கீ லைட்டிங் முறையில் ஒளியமைப்பை செய்யும்போது ஒரு பெரிய இடத்தை பார்வையாளர்களுக்கு சிறியதாகக் காட்டலாம்.

பிரகாசமான ஒளியமைப்பின் மூலமாக சிறிய இடத்தை விரிவானதாக ஃபிரேமில் இடம்பெறச் செய்யலாம்.

ஷேலோ ஸ்பேஸ் மற்றும் டீப் ஸ்பேஸ் உத்திகளுக்கு முக்கியமானவை லென்ஸ் மூலமாகவே பயன் தருகிறது. லென்ஸின் ஃபோகல் லென்த் மற்றும் அப்பர்சர் மூலம் டெப்த் ஆஃப் ஃபீல்ட் மாற்றம் கொள்வதில் தொழில்நுட்பம் அடங்கியுள்ளது.

தலை இடைவெளி

ஃபிரேமின் மேல் பகுதியில் கதாபாத்திரங்களின் தலைக்கு மேலே சற்று இடைவெளி விடுவது காம்போசிஷனுக்கு அழகுணர்ச்சியை உருவாக்கும்.

அந்த இடைவெளியானது மிகவும் சிறியதாக இருக்க வேண்டும். இது ஹெட் ரூம் எனப்படும்.

ஃபிரேமின் மேலே இடைவெளியில்லாமல் கம்போஸ் செய்யும்போது இடிக்கும் உணர்வைத் தரும். ஹெட் ரூம் அதிகம் இருந்தால் மூழ்கும் உணர்வைத்தரும்.

சில ஒளிப்பதிவாளர்கள் கதாபாத்திரங்களின் மனநிலையை உணர்த்த ஹெட்ரூம் விதிகளை மீறிய உதாரணங்கள் உண்டு.

பார்வை இடைவெளி

லுக் ரூம், நோஸ் ரூம் என்று அழைக்கப்படும் பார்வை இடைவெளி என்பது ஃபிரேமின் பக்கவாட்டில் அகல நோக்கில் கதாபாத்திரம் எந்த திசைகளில் பார்க்கிறார்களோ அந்தப் பகுதியில் சற்று இடைவெளியுடன் கம்போஸ் செய்யும் முறை பெரும்பாலும் பின்பற்றப்படுகிறது.

பரிசோதனை ரீதியாக ஒளிப்பதிவு செய்யும் முறையில் ஃபிரேமில் கதாபாத்திரத்தின் பார்வைக்கு எதிர் திசையில் லுக் ரூம் கொடுத்து கம்போஸ் செய்வதை நெகடிவ் ஸ்பேஸ் என்றும் கூறப்படுவதுண்டு.

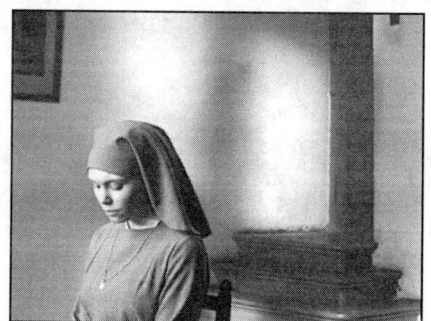

****

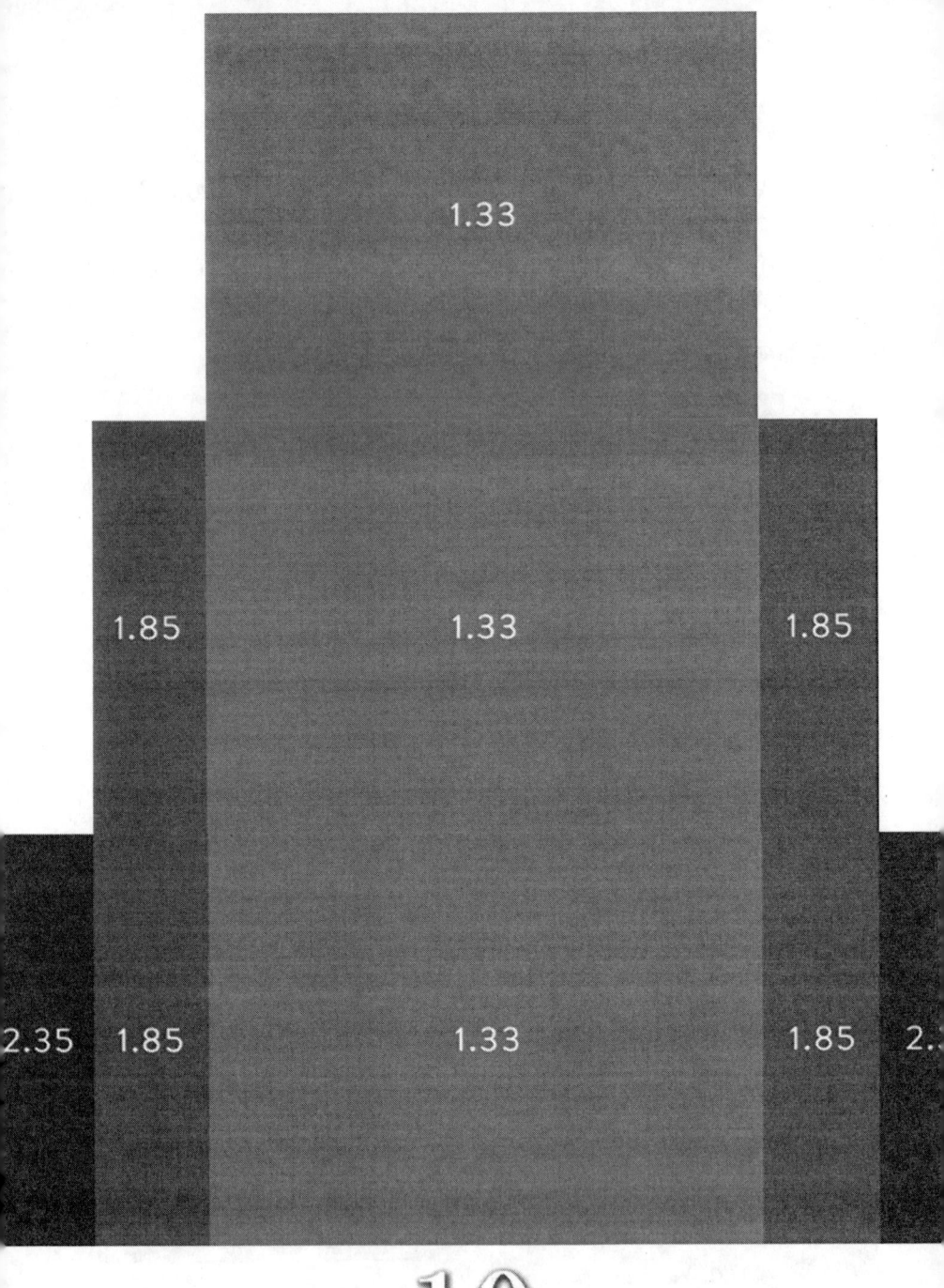

10
திரைவடிவமும் காம்போசிஷனும்

திரைவடிவமும் காம்போசிஷனும்

ஆஸ்பெகட் ரேஷியோ என்று அறியப்படும் திரையிடல் வடிவமானது படமாக்கும்போதும் திரையிடலின்போதும் ஃபிரேம் விகிதமேயாகும்.

இன்று நடைமுறையில் இருக்கும் திரைவடிவங்கள்

- 1:1.37
- 1:1.66
- 1:1.85
- 1:2.35
- 1:2.20

விடியோ ஃபார்மட்

- 4:3 மற்றும் 16:9

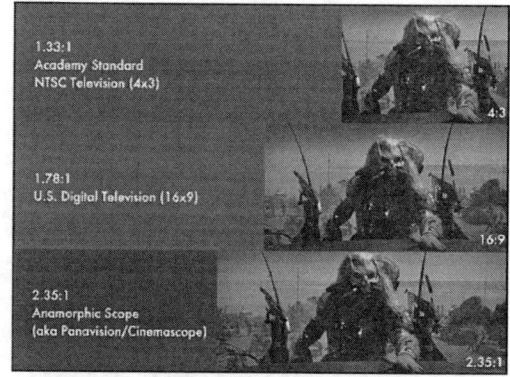

தொலைக்காட்சி விடியோவுக்காக உருவாக்கப்பட்ட வடிவமானது ஆரம்பத்தில் 4:3 என்று இருந்து அப்போது திரைப்படமும் தொலைக்காட்சி பெட்டியும் சதுர வடிவத்திலேயே அமைந்ததால் அதற்குப்பிறகு திரையரங்குகள் அகன்ற திரை வடிவிற்கு மாறின. விடியோகிராஃபியில் ஹை டெஃபனிஷன் (high definition) தொழில்நுட்பம் வந்த பிறகு தொலைக்காட்சியின் வடிவம் 16:9 என்று நிர்ணயிக்கப்பட்டது.

16:9வடிவமானது 1:1.37 மற்றும் 1:2.35-இவ்விரண்டையும் உள்ளடக்கியதாகும்.

இன்றைய டிஜிட்டல் சினிமா காமிரா சென்சார் பெரும்பாலும் 16:9 என்ற வடிவத்திலேயே தயாரிக்கப்படுகிறது.

ஒளிப்பதிவாளர்கள் தாங்கள் நிர்ணயம் செய்யும் ஆஸ்பெக்ட் ரேஷியோவை மெனுவில் சென்று தேர்வு செய்யலாம். இறுதியாக திரைப்படத்தின் பின்தயாரிப்பு நிலையில்தான் திரைவடிவம் உறுதிசெய்யப்படுகிறது.

ஒவ்வொரு திரைவடிவத்திற்கென்று சிறப்புகள் உண்டு.

இயக்குநர் ஸ்டீவன் ஸ்பீல்பெர்க் ஜுராஸிக் பார்க் திரைப்படத்தை சதுர திரைவடிவமான 1:1.37 ல் படமாக்கினார். பிரமாண்டமான காட்சியமைப்புகள் இருந்தாலும் 1.2.35 சினிமாஸ்கோப் வடிவத்தில் படமாக்கப்படவில்லை. அதற்கு முக்கிய காரணம் அத்திரைப்படத்தில் டைனோசர்களின் உயரமே பிரதானம்.

பின்னர் திரையரங்குகளுக்காக 1:1.85 வடிவமே சிறப்பாக இருக்கும் என்று முடிவு செய்யப்பட்டு ஜுராஸிக் பார்க் வெளியானது.

ஃபிரேமில் உயரம் முக்கியமானவை என்றால் 1:1.37 மற்றும் 1:1.85 திரைவடிவத்தை தேர்வு செய்யலாம்.

இந்தியாவில் அநேக திரைப்படங்கள் 1:2.35 சினிமாஸ்கோப் வடிவத்திலேயே உருவாக்கப்படுகிறது.

க்ளோசப் காம்போசிஷனின் போது சினிமாஸ்கோப் திரைவிகிதத்தில் ஃபிரேமில் கூடுதல் இடம் இருக்க வாய்ப்புண்டு. அதற்கு ஏதாவது விஷுவல் கூறுகளைக் கொண்டு பேலன்ஸ் செய்ய வேண்டும்.

சினிமாஸ்கோப் அகன்ற வடிவமானதால் அனைத்து விஷுவல் கூறுகளை கிடைமட்டமாகவே பார்க்க வேண்டும்.

தமிழில் இருவர் திரைப்படத்தில் 1:1.37 திரைவடிவத்தை பயன்படுத்தினார் மணிரத்னம். க்ளோசப் காட்சிகளை அடர்த்தியாக கம்போஸ் செய்தார் ஒளிப்பதிவாளர் சந்தோஷ் சிவன். உயரமான விஷுவல் கூறுகளும் சிறப்பாக உருவாக்கப்பட்டன.

திரைப்படத்தில் ஒரு குறிப்பிட்ட காலகட்டத்தை நோக்கி பார்வையாளர்களை பயணிக்கவும் திரைவடிவம் பயன்படுத்தப்படுகிறது, குறிப்பாக ப்ளாஷ்பேக் காட்சிகளில்.

1:1.66 ஐரோப்பிய நாடுகளில் உருவாக்கப்பட்ட திரைப்படங்களில் பயன்படுத்தப்பட்ட அகன்ற திரைவடிவம், ஹாலிவுட்டில் குறிப்பாக முதல் மூன்று ஜேம்ஸ்பாண்ட் திரைப்படங்களில் இந்த திரைவிகிதத்தை பயன்படுத்தினார்கள்.

ஹாலிவுட் வணிகரீதியான பொழுதுபோக்குத் திரைப்படங்களில்கூட கதையின் தன்மைக்கு ஏற்றவாறே திரை வடிவத்தை தேர்வு செய்கிறார்கள்.

இந்தியத் திரைப்படங்களில் திரைவடிவத்தில் அதிகமான பரிசோதனை முயற்சிகள் நடைபெறுவதில்லை. அதற்கு முக்கிய காரணம் திரையரங்குகள் பெரும்பாலும் சினிமாஸ்கோப் வடிவத்திற்கு ஏற்றாற்போல் அமைந்து இருப்பதேயாகும்.

*****

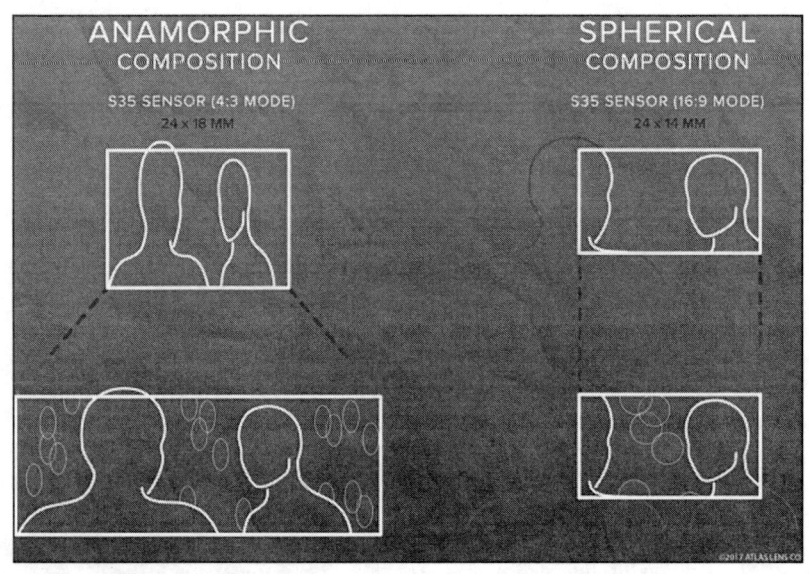

11
சட்டகத்திற்குள் ஒரு சட்டகம்

சட்டகத்திற்குள் ஒரு சட்டகம்

ஃபிரேமில் திறந்தவெளியாக கம்போஸ் செய்வதைத் தவிர்த்து படமாக்கப்படும் சப்ஜெக்ட் முன்னர் ஏதாவது விஷுவல் கூறுகளை, உதாரணம்: மரக்கிளைகள், கதவு வழிகள், ஜன்னல்கள் வழியாக ஒரு சட்டகமாகப் பயன்படுத்தி படமாக்கும் உத்தி மிகவும் பயன் தரக்கூடியது. குறிப்பாக, ஃபிரேம் அழகியல் தோற்றத்தோடு பார்வையாளர்களை நேராக சப்ஜெக்ட்டின் மீது கவனத்தைக் கொண்டு சேர்க்கலாம்.

சில திரைப்படங்களில் சட்டகத்திற்குள் சட்டகம், கம்போசிஷனைப் பயன்படுத்தி ஒரு பிரம்மாண்டமான நிகழ்வுகளை எளிமையாகப் படமாக்கியுள்ளார்கள்.

1990களில் குவைத்தில் நடந்த போர்ச்சூழலை மையப்படுத்தி அக்ஷய்குமார் நடித்த ஏர்லிஃப்ட் திரைப்படத்தின் ஒளிப்பதிவாளர் ப்ரியா சேத் தற்போதைய குவைத்தில் நிறைய மாற்றங்கள் இருப்பதால் கலவரக் காட்சிகளை ஒரு காரின் உள்ளே காமிரா வைத்து அதன் வாயிலாகப் படமாக்கினார்.

இயக்குநர் வோன்ங் கார் வாய் தனது இன் த மூட் ஃபார் லவ் திரைப்படத்தில் கதாபாத்திரங்களின் இறுக்கமான மனநிலையை விவரிப்பதற்காக ஒளிப்பதிவாளர் கிரிஸ்டோஃபர் டாய்ல் ஃபிரேமில் கதாபாத்திரங்களை ஏதோ சுவர்கள், கதவுகள் வழியாகவே நிறைய காட்சிகளை கம்போஸ் செய்தார்.

சட்டகத்திற்குள் சட்டகம் காம்போசிஷன் முறை வெளிப்புறக் காட்சிகளில் பெரிதும் பயன்படும் தேவையற்ற கூறுகளை எளிதாகத் தவிர்த்து நல்ல டெப்த் உருவாக்குவதற்கும் உதவும்.

*****

12
பார்வை இலக்குகள்

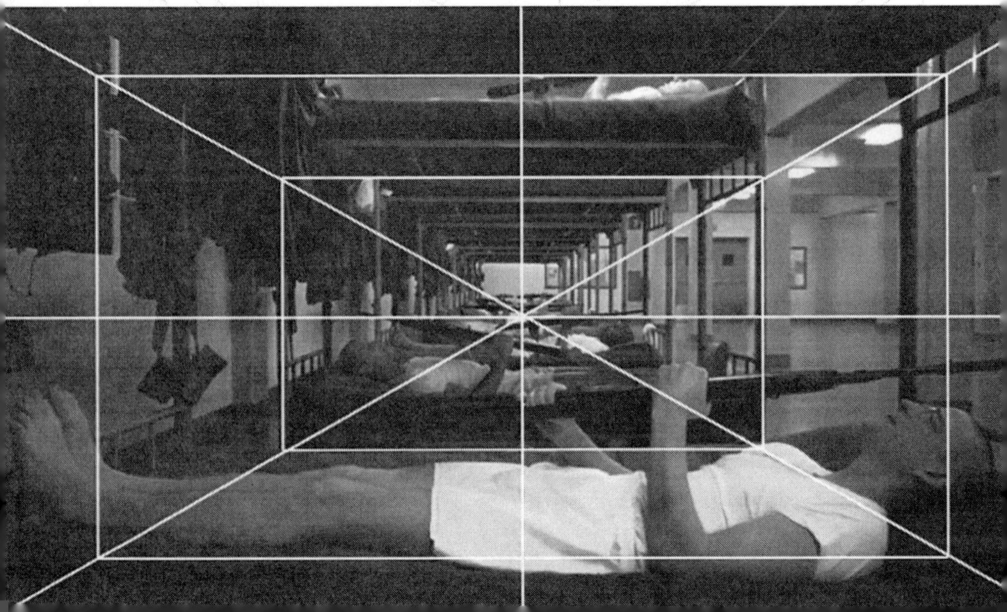

பார்வை இலக்குகள்

ஒற்றை இலக்குப்பார்வை (single point perspective)

ஓவியத்திலிருந்து தோன்றியதுதான் இந்த நுட்பம். புகழ்பெற்ற ஓவியமான தி லாஸ்ட் ஸப்பர் ஒற்றை இலக்கப் பார்வை அடிப்படையில் வரையப்பட்டது.

திரைப்படங்களிலும் மிகவும் நுட்பமான காட்சி அமைப்புகளுக்கு சிங்கிள் பாயிண்ட் பெர்ஸ்பெக்டிவ் காம்போசிஷன் பயன்படுத்தப்பட்டுள்ளது.

புகழ் பெற்ற இயக்குநர்களான ஸ்டான்லி குப்ரிக், வெஸ் ஆண்டர்சன் ஆகியோரின் படைப்புகளில் இவ்வகை காம்போசிஷன் பிரபலமானது.

ஒற்றை இலக்கு காம்போசிஷனில் ஃபிரேமில் உள்ள முக்கியமான சப்ஜெக்ட் மையப்புள்ளியில் அதன் உண்மையான வடிவமைப்பிலேயே காணப்படும். ஆனால் அதனை நோக்கி செல்லும் கூறுகள் படிப்படியாக சிறிதாகி மையப்புள்ளியில் ஒன்றிணையும்.

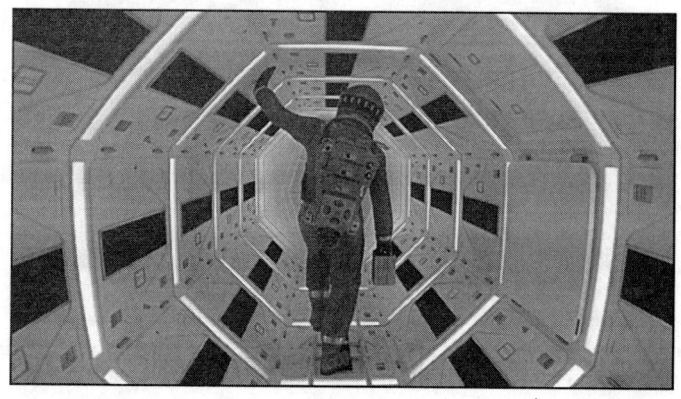

இது 1/3 காம்போசிஷன் விதிக்கு நேர்மறையானதுதான். ஆனால் மிகச்சரியாகப் பயன்படுத்தினால் முப்பரிமாணத் தோற்றத்தை எளிதாக உருவாக்கலாம்.

ரயில் தண்டவாளத்தை படமாக்கும்போது பெரும்பாலான சமயங்களில் ஒற்றை இலக்குப்பார்வை காம்போசிஷன் முறை பயன்படுத்தப்படுகிறது.

தலைசிறந்த ஓவியர்களான வான்கோ, லியனார்டோ டாவின்சி, டேவிட் ஹோக்னி ஆகியோரின் படைப்புகளில் ஒற்றை இலக்குப்பார்வை நுட்பங்களை அறியலாம்.

மிகச்சிறந்த காம்போசிஷன் என்பது பார்வையாளர்களுக்கு ஃபிரேம் என்ற செவ்வகக் கோடுகள் மறைந்து கதாபாத்திரங்கள், சூழல்களை ஒரு திரை அனுபவமாக மாற்றுவதேயாகும்.

இரட்டை இலக்குப் பார்வை (Two point perspective)

ஓர் இடத்தையோ அல்லது கட்டடத்தையோ நேரடி பார்வையைத் தவிர்த்து காமிராவை அதன் மூலையில் வைத்து இரண்டு பக்கங்களைப் படமாக்குவது இரட்டை இலக்கு பார்வையாகும்.

இரட்டை இலக்கு பார்வை உட்புறக் காட்சிகளிலும் பயன்படுத்தப்படுகிறது. காமிரா ஓர் அறையின் மூலையை நோக்கி கம்போஸ் செய்யும்போது இரண்டு பக்கவாட்டுச் சுவர்கள் மூலையை நோக்கிய பார்வையைச் செலுத்தும் மூலையின் உச்சவரம்பு உயரம் மற்ற இடங்களைவிட குறைவாகவே தோன்றும். ஏனெனில் இது காமிராவிலிருந்து சற்று தொலைவாக இருப்பதால்.

சிறிய அறைகளில் படமாக்கும்போது அந்த இடம் சற்று பெரியதாக ஃபிரேமில் தெரியும் என்பதால் இந்த உத்தி மிகவும் பயனுள்ளதாகிறது.

அதிசயப்பார்வை (forced perspective)

ஆப்டிகல் மாயை என்ற உத்தியை அடிப்படையாகக் கொண்டு படமாக்கும் சப்ஜெக்டை இயல்பை விட பெரியதாகவோ சிறியதாகவோ அருகில் இருக்கும் கூறுகளை ஃபிரேமில் தூரமாக தோற்றமளிக்கச் செய்வது ஃபோர்ஸ்டு பெர்ஸ்பெக்டிவ் எனப்படும்.

கம்ப்யூட்டர் க்ராஃபிக்ஸ் தொழில்நுட்பம் வருவதற்கு முன்பு திரைப்படங்களில் இந்த உத்தி அதிகமாகப் பயன்படுத்தப்பட்டது. சிறிதாக காணப்படும் கதாபாத்திரம் அப்படியே ஃபிரேமில் பெரிதாக உருமாறுவது. குழந்தையின் உயரத்தையும் ஒரு பெரிய கட்டடத்தின் உயரத்தையும் ஃபிரேமில் சரிசமமாக காண்பிப்பது ஆகியவற்றை உதாரணங்களாகக் கூறலாம்.

ஃபோர்ஸ்டு பெர்ஸ்பெக்டிவ் உத்தியை பயன்படுத்துவதில் முக்கியமான அம்சங்கள்:

- சப்ஜெக்ட் பெரிதாகத் தெரியவேண்டும் என்றால் காமிரா அருகே இருக்க வேண்டும்.

- சப்ஜெக்ட் சிறிதாகத் தெரியவேண்டும் என்றால் காமிராவிலிருந்து தூரத்தில் இருக்க வேண்டும்.

- வைட் லென்ஸ் பயன்படுத்த வேண்டும்.

- அதிக டெப்த் ஆஃப் ஃபீல்ட் மிகவும் முக்கியம். அதைப் பெற உயர் அப்பர்சர் எண், அதாவது F16 அல்லது F22 பயன்படுத்த வேண்டும்.

****

13
வெர்டிகல் சினிமா

வெர்டிகல் சினிமா

ஒரு திரைப்பட உருவாக்கம் மற்றும் அதைப் பார்ப்பது எல்லாம் அகலவாக்கில்தான் என்பது ஒரு பொதுவான திரையிடல் வடிவம். ஆஸ்கர் விருது பெற்ற இயக்குநரான டேமியன் சாஷல் மிக சமீபத்தில் ஐபோன் மூலமாக செங்குத்தான ஃபார்மட்டில் ஒன்பது நிமிடங்கள் ஓடும் ஸ்டண்ட் டபுள் என்ற குறும்படத்தை இயக்கியுள்ளார்.

வெர்டிகல் ஃபார்மட் முறை ஸ்டில் ஃபோட்டோகிராஃபியில் மிகவும் பிரபலமானதுதான். ஆனால் திரைப்பட ஆக்கத்திற்கு செங்குத்தான வடிவம் என்பது இனிய ஆச்சர்யமும் மிகுந்த சவாலும் நிறைந்தது.

2014ஆம் ஆண்டே வெர்டிகல் திரைப்பட விழா ஆஸ்திரேலியாவில் தொடங்கப்பட்டு விட்டது. பலர் டிக்டாக் போன்ற செயலிகளில் வெர்டிகல் ஃபார்மட்டில் விடியோ பதிவு செய்வது வாடிக்கையானதுதான்.

இருப்பினும் ஒரு தரமான திரைமொழியுடன் செங்குத்தான வடிவில் டேமியன் சாஷல் உருவாக்கியிருப்பது ஒரு புதிய வகையான விஷுவல் காம்போசிஷனுக்கு வழி வகுக்கிறது.

இன்று பலர் திரைப்படங்களை மொபைல் ஃபோனில் பார்க்கிறார்கள். அதனால் செங்குத்தான திரைவடிவத்தில் படமாக்குவது ஒரு புதிய அனுபவமே. இதனுடைய திரைவிகிதம் 9:16 என்பதாகும்.

இதன் காம்போசிஷன் முறை முற்றிலும் உயரவாக்கில் அமைவதால் கதாபாத்திரங்களின் நகர்வுகள் ஃபிரேமில் மேலிருந்து கீழே அல்லது கீழ்ப்பகுதியிலிருந்து மேல் நோக்கிச் செல்வது ஆகியவை மிகவும் முக்கியமானவை.

வெர்டிகல் சினிமா காம்போசிஷனில் க்ளோசப், இரு கதாபாத்திரங்களின் உரையாடல் ஆகியன கவனமாக கம்போஸ் செய்யப்பட வேண்டும். ஏனென்றால் ஃபிரேமில் நெகடிவ் ஸ்பேஸ் அதிகமாக இருக்கும். அதனால் அதற்கான விஷுவல் கூறுகளை ஃபிரேமில் பொருத்தமாக உருவாக்க வேண்டும்.

வெர்டிகல் சினிமா படமாக்குவதற்கு மொபைல் ஃபோன்களே சிறந்தவை. குறிப்பாக, இன்று பல்வேறு செல்ஃபோன் பிராண்டுகளில் நல்ல ரெசல்யூஷன், ஜூம் லென்ஸ் தேர்வு ஆகிய அம்சங்கள் இருப்பதால் விரிவாகப் படமாக்கும் முறைக்கும் பலம் சேர்ப்பதாக அமையும்.

வெளிநாடுகளில் தற்போது வெர்டிகல் திரையரங்குகள் பிரபலமாகி வருகிறது. சென்னையிலும் உயரவாக்கில் திரை அமைப்பு கொண்ட போஸ்ட் ப்ரொடக்ஷன் ஸ்டுடியோ துவங்கப்பட்டுள்ளதாக அறிகிறேன்.

*****